टर्नर द्वितीय वर्ष मराठी MCQ

मनोज डोळे

डिजिटायझेशन ही काळाची गरज आहे. भविष्यात, प्रशिक्षण अधिक सोयीस्कर आणि सोपे करण्यासाठी औद्योगिक प्रशिक्षण संस्थांमध्ये ऑनलाइन इंटरनेट वापरून प्रशिक्षण घेणे आवश्यक आहे. MCQ प्रश्नांचा संच असलेली ई-पुस्तके प्रशिक्षणार्थींना उपलब्ध करून दिली जातील कारण त्यांना त्यांच्या औद्योगिक प्रशिक्षण संस्थांमध्ये होणाऱ्या ऑनलाइन परीक्षांच्या तयारीसाठी MCQ प्रश्नांची अधिक सवय होणे आवश्यक आहे.

या सर्व बाबी लक्षात घेऊन श्री.मनोज मधुकर डोळे प्रशिक्षक, औद्योगिक प्रशिक्षण संस्था, सातारा यांनी नवीन वार्षिक प्रणाली आणि NSQF-5 अभ्यासक्रमानुसार पुस्तके लिहिली आहेत. आणि त्यांनी प्रशिक्षण सुलभ करण्यासाठी सैद्धांतिक मोबाइल ॲप्स आणि ब्लॉग तयार केले आहेत आणि हे सर्व शैक्षणिक साहित्य जगप्रसिद्ध Google Play Store, Amazon आणि Apple Book Store वर डाउनलोड करण्यासाठी उपलब्ध केले आहे.

पुस्तकांचे प्रकाशन माननीय सहसंचालक श्री राजेंद्र घुमे साहेब प्रादेशिक व्यावसायिक शिक्षण व प्रशिक्षण कार्यालय, पुणे यांच्या हस्ते दिनांक 9/1/2019 रोजी करण्यात आले, यावेळी श्री प्रकाश सायगावकर साहेब प्राचार्य शासकीय औद्योगिक प्रशिक्षण संस्था औंध पुणे, श्री तुकाराम मिसाळ साहेब प्राचार्य डॉ. सरकार प्र.संस्था सातारा, श्री सचिन धुमाळ साहेब जिल्हा व्यवसाय शिक्षण व प्रशिक्षण अधिकारी सातारा, श्री यतीन पारगावकर साहेब मुख्याध्यापक गो. प्र.संस्था कोल्हापूर, श्री विकास टेके साहेब निरीक्षक व्यावसायिक शिक्षण व प्रशिक्षण क्षेत्रीय कार्यालय पुणे, पालेकर फूड्स प्रॉडक्ट्स प्रा. लि.चे सातारा येथील उद्योजक अध्यक्ष श्री.नीळकंठराव पालेकर साहेब, हिरा फूड्स चे चेअरमन श्री.इब्राहिम बाबा तांबोळी साहेब, सौ.शाल्मली पवार मुख्याध्यापिका शासकीय तंत्रनिकेतन केंद्र सातारा व इतर मान्यवर यावेळी उपस्थित होते.

अनुक्रमणिका

प्रस्तावना vii

नांदी, प्रस्तावना ix

ऋणनिर्देश, पावती xi

1. टर्नर द्वितीय वर्ष मराठी Mcq Drawing 1
2. टर्नर द्वितीय वर्ष मराठी Mcq 21

प्रस्तावना

टर्नर द्वितीय वर्षमराठीMCQ हे आयटीआय अभियांत्रिकी अभ्यासक्रम टर्नर, द्वितीय वर्ष, सेमी- 3 आणि 4, 2022 मध्ये सुधारित NSQF-5 अभ्यासक्रमासाठी एक साधे ई-पुस्तक आहे, त्यात अधोरेखित आणि ठळक अचूक उत्तरांसह वस्तुनिष्ठ प्रश्न आहेत ज्यात सर्व विषयांचा समावेश आहे. वेगवेगळे लेथ अ‍ॅक्सेसरीज, वेगवेगळ्या उपयुक्तता वस्तू उदा., क्रॅंक शाफ्ट (सिंगल थ्रो), स्टब आर्बर, घटक (पुरुष आणि मादी) वापरून वेगवेगळ्या अनियमित आकाराच्या जॉबचे मशीनिंग, विविध वळण क्रियाकलाप करून, सीएनसी ऑपरेशन्स, सीएनसी टर्न सेंटर चालवणे. घटक, मल्टी-मीडिया आधारित सीएनसी सिम्युलेटेड आणि वास्तविक मध्यवर्ती उत्पादनावर आधारित सीएनसी मशीन, लेथवरील विशेष ऑपरेशन उदा., वर्म शाफ्ट कटिंग, भिन्न अभियांत्रिकी घटक उदा., ड्रिल चक, कोलेट चक, स्क्रू जॅक, बॉक्स नट आणि बरेच काही.

आम्ही प्रत्येक नवीन आवृत्तीसह नवीन प्रश्नांची उत्तरे जोडतो. कृपया काही त्रुटी/वगळल्यास आम्हाला ईमेल करा. सर्व अभियांत्रिकी बहुपर्यायी प्रश्न आणि उत्तरांसाठी हे निर्विवादपणे सर्वात मोठे आणि सर्वोत्तम ई-पुस्तक आहे.

विद्यार्थी म्हणून तुम्ही ते तुमच्या परीक्षेच्या तयारीसाठी वापरू शकता. हे ई-पुस्तक प्राध्यापकांना साहित्य रीफ्रेश करण्यासाठी देखील उपयुक्त आहे.

नांदी, प्रस्तावना

21 व्या शतकातील औद्योगिक क्षेत्रातील वेगाने वाढणाऱ्या मागणीच्या अनुषंगाने बहु-कुशल कारागीरांचा पुरवठा करण्यासाठी व्यवसाय शिक्षण आणि व्यवसाय प्रॅक्टिकल विभागामार्फत व्यावसायिक शिक्षण आणि प्रशिक्षण विभागामार्फत व्यावसायिक शिक्षण आणि प्रशिक्षण दिले जाते. संस्थांमधील सर्व व्यवसाय महत्त्वाचे आहेत, कारण या व्यवसायांतील प्रशिक्षणार्थी उद्योगाच्या मागणीनुसार बहु-कौशल्ये विकसित करतात.

औद्योगिक क्षेत्रातील सर्व उद्योगांमधील सर्व परीक्षा ऑनलाइन घेतल्या जातात आणि त्यामध्ये MCQ पद्धतीच्या प्रश्नांचा समावेश होतो हे लक्षात घेऊन सर्व व्यवसायांसाठी योग्य MCQ ई-पुस्तके उपलब्ध करून देण्याच्या उदात हेतूने. श्री.मनोज मधुकर डोळे यांनी नवीन वार्षिक अभ्यासक्रमानुसार MCQ पद्धतीवर खूप चांगले ई-बुक लिहिले आहे. हे ई-बुक सर्व प्रशिक्षणार्थी, प्रशिक्षणार्थी उमेदवार, प्रशिक्षण प्रशिक्षक आणि संबंधित इतरांसाठी निश्चितच मार्गदर्शक ठरेल.

पुस्तकाचे लेखक श्री.मनोज मधुकर डोळे आहेत, इन्स्ट्रक्टर गव्हर्नमेंट ITI सातारा यांना 17 वर्षांचा प्रशिक्षणाचा अनुभव आहे. नवीन वार्षिक पॅटर्न म्हणून लिहिलेल्या, या ई-बुकमध्ये प्रत्येक विषयासाठी मांडणी, सोपी भाषा आणि सोपी वाक्यरचना, आकृती आणि व्हिडिओ समजून घेण्यासाठी आधुनिक डिजिटल QR कोड तंत्रज्ञान समाविष्ट केले आहे. त्यामुळे सखोल अभ्यास आणि परीक्षेच्या सरावासाठी हे ई-बुक नक्कीच उपयोगी पडेल याची मला खात्री आहे. त्यांनी केलेले काम नक्कीच कौतुकास्पद आहे.

श्री तुकाराम मिसाळ

प्राचार्य शासकीय औद्योगिक प्रशिक्षण संस्था सातारा.

ऋणनिर्देश, पावती

DGET नवी दिल्ली आणि CSTARI कोलकाता ऑगस्ट 2018 च्या सत्रापासून ITI मधील सर्व व्यवसायांसाठी वार्षिक पॅटर्न लागू करत आहेत. परीक्षा पद्धतीतही बदल करण्यात येणार असून या वर्षीपासून ती ऑनलाइन होणार असून सर्व प्रश्न वस्तुनिष्ठ स्वरूपाचे (MCQ) असल्याने प्रशिक्षणार्थींना सखोल अभ्यासाची नितांत गरज आहे. हे लक्षात घेऊन जुन्या NIMI पॅटर्नवर आधारित पुस्तके आणि नवीन वार्षिक पॅटर्नचे संपूर्ण विहंगावलोकन सादर करताना आम्हाला आनंद होत आहे आणि आम्हाला आशा आहे की ही पुस्तके सर्व व्यवसाय संचालक आणि प्रशिक्षणार्थींसाठी मार्गदर्शक ठरतील. आहे.

ही पुस्तके लिहिल्याबद्दल जोहर आवटे साहेब, ITI अकलूजचे प्राचार्य. ITI सातारा चे माजी प्राचार्य सायगावकर साहेब, सहाय्यक संचालक श्री चंद्रकांत ढेकणे साहेब व्यवसाय शिक्षण व प्रशिक्षण प्रादेशिक कार्यालय, पुणे, जिल्हा व्यवसाय शिक्षण व प्रशिक्षण अधिकारी सचिन धुमाळ साहेब व मुख्याध्यापिका शासकीय तंत्रनिकेतन केंद्र शाल्मली पवार मॅडम व मुलगा अधिराज डोळे, आई कुसुम डोळे. , माझे वडील मधुकर डोळे आणि पत्नी अश्विनी डोळे यांनी वेळोवेळी केलेल्या विशेष मार्गदर्शन व सहकार्याबद्दल मी त्यांचा मनःपूर्वक आभारी आहे.

तसेच अतिशय कमी कालावधीत पुस्तक प्रकाशित करण्यात अमूल्य वेळ दिल्याबद्दल श्री राजेंद्र घुमे साहेब, सहसंचालक, व्यवसाय शिक्षण व प्रशिक्षण प्रादेशिक कार्यालय, पुणे यांनी पुस्तकाचे पुनरावलोकन केले. त्यांच्या अभिप्रायाबद्दल मी मनापासून आभारी आहे.

पुस्तक लिहिण्याच्या सुरुवातीपासूनच सतत पाठबळ दिल्याबद्दल ITI सातारा च्या प्रशिक्षकांचा मी आभारी आहे.

या पुस्तकातून, ई-लर्निंगबद्दलचे माझे विचार तुमच्याशी शेअर करण्यात मी स्वतःला धन्य समजतो. हे पुस्तक परिपूर्ण आहे असा दावा मी करणार नाही, कारण परिपूर्णतेचा विचार करता हे पुस्तक एक प्रयत्न आहे आणि बाल्यावस्थेत आहे. त्यांची चाचणी आणि सूचना दिल्यास ते सुधारण्यासाठी मोलाचे ठरतील.

मनोज डोळे

दिनांक 9/1/2019

1

टर्नर द्वितीय वर्ष मराठी MCQ Drawing

Online Test Exam
ITI Books
CNC Course
AutoCAD CAM
JOB & Apprentice
Online Theory
Computer Course
Trading Course
Web Designing
MSCIT Course
Shopping Business
Internet Business
Remotasks Course
Online Services
Top Sportsmans
Indian Army
Freedom Fighters
Top Scientists
Social Reformers
Motivational Speaker
Top Richest People
Join WhatsApp Group
Join Facebook Group
Like Facebook Page
PAN / Adhar / Licence
Passport

Fire extinguisher

Calliper

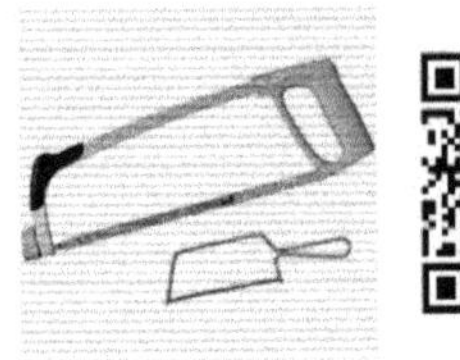

Hacksaw frame

Universal surface guage

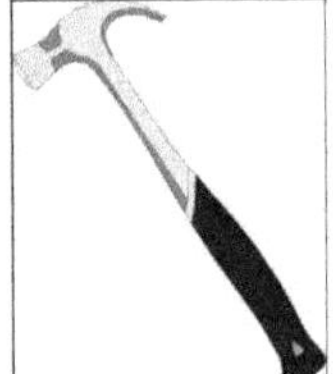

Hammer

Centre punch

Bench vice

Files

Scraper

Surface Plate

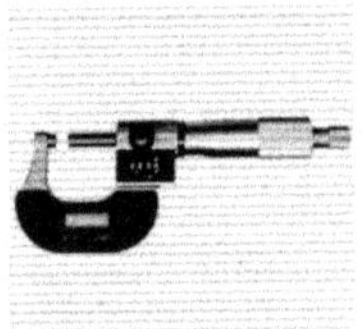

Outside Micrometer

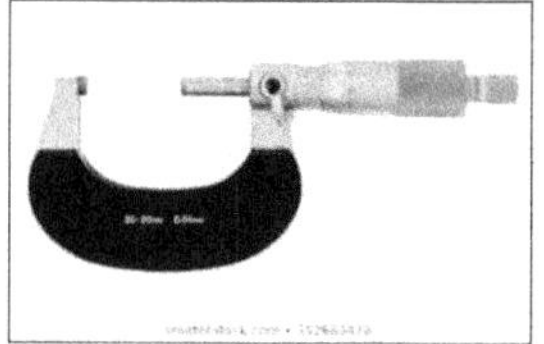

Micrometer

Depth micrometer

Vernier Calliper

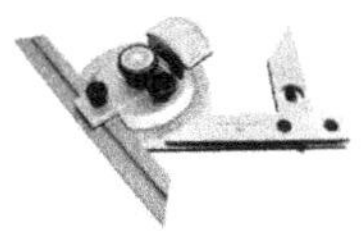

Vernier bevel protractor

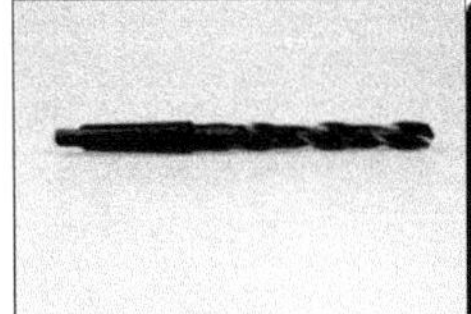

Drilling

Reamer

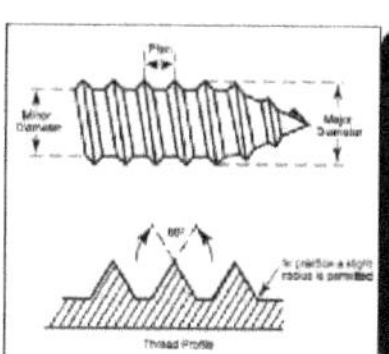

Thread

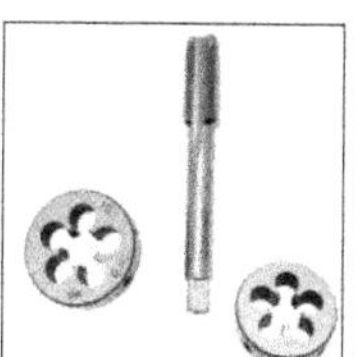

Tap Die

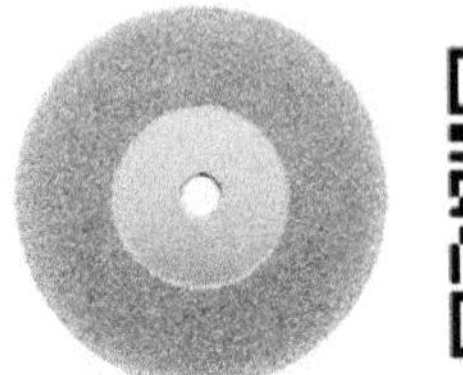

Grinding Wheel

Slip gauge

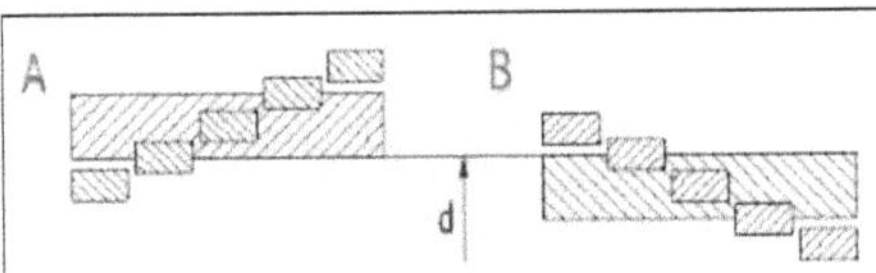

Limit fit tolerance

Lathe Machine

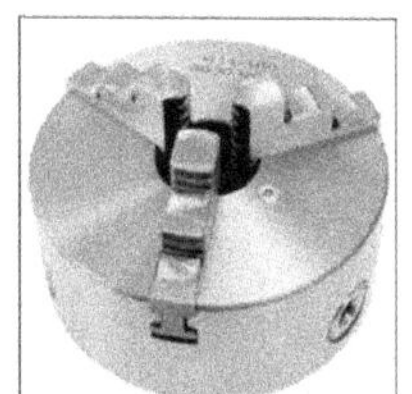

Lathe chuck

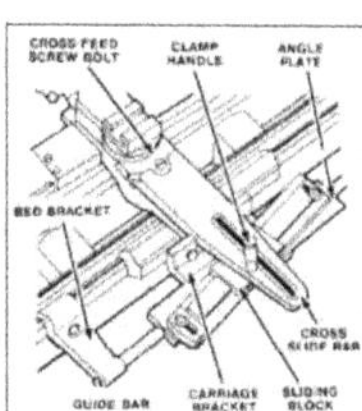

Taper turning attachment

taper ring gauge

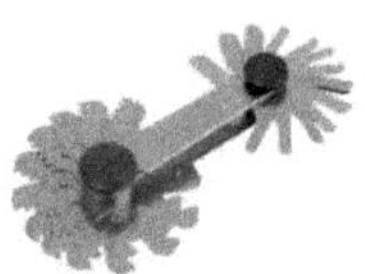

screw pitch gauge

Gear

screw pitch gauge

Tap Die

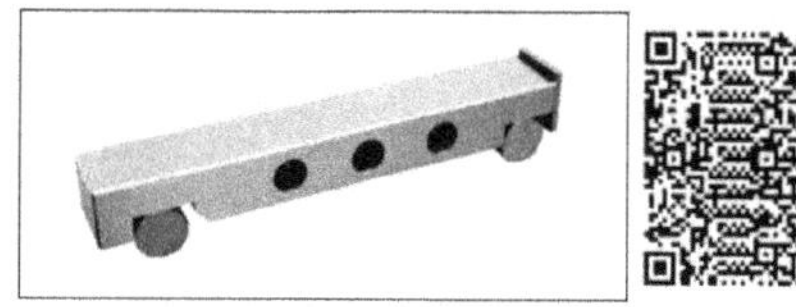

Sine bar

Slip gauge

Dial test indicator

Telescopic gauge

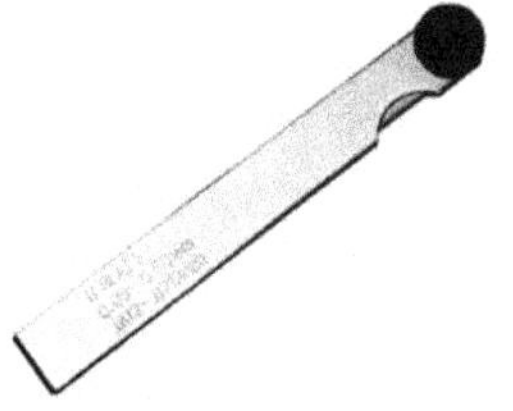

Feeler gauge

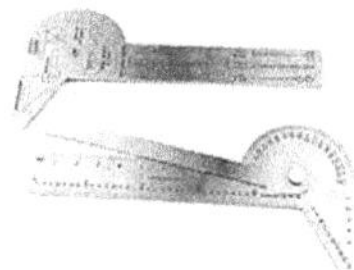

Centre gauge

Jig

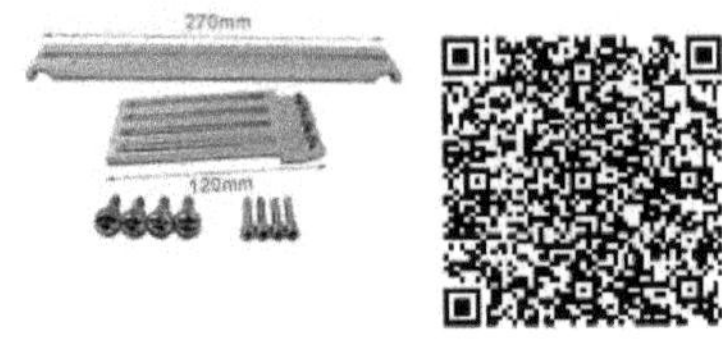

Fixture

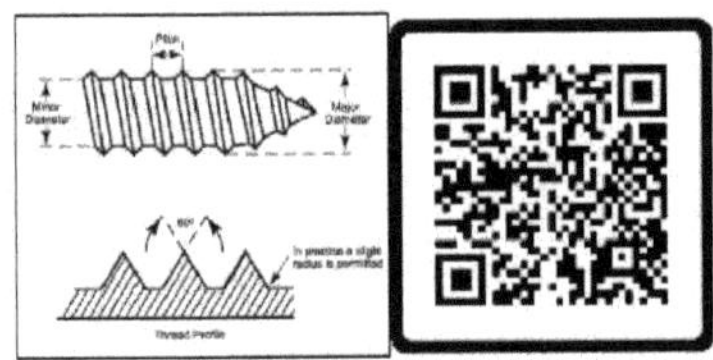

Thread

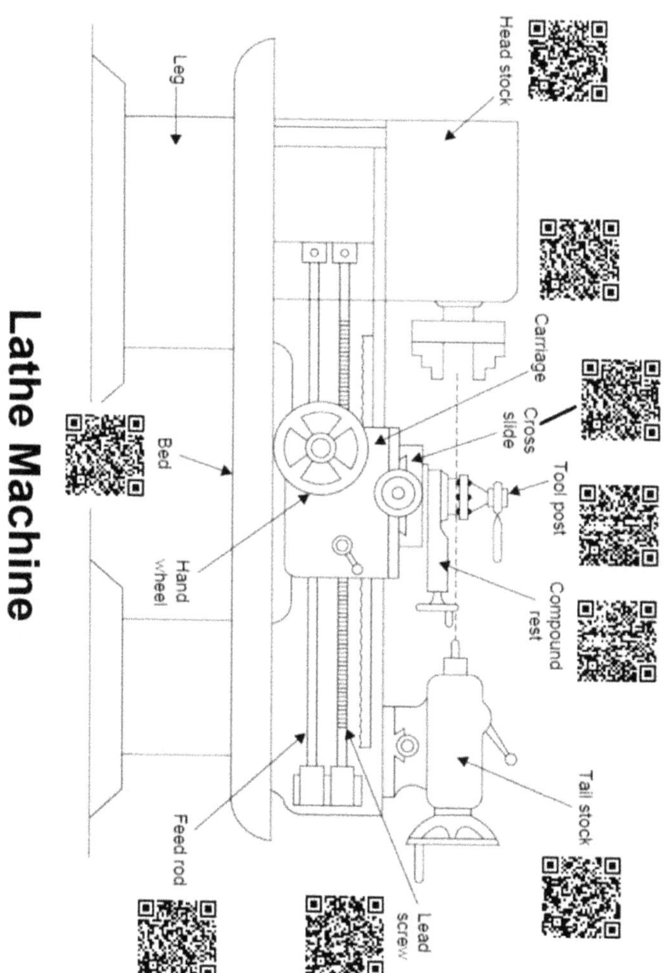
Lathe Machine
Head stock
Leg
Carriage
Cross slide
Tool post
Bed
Hand wheel
Compound rest
Tail stock
Feed rod
Lead screw

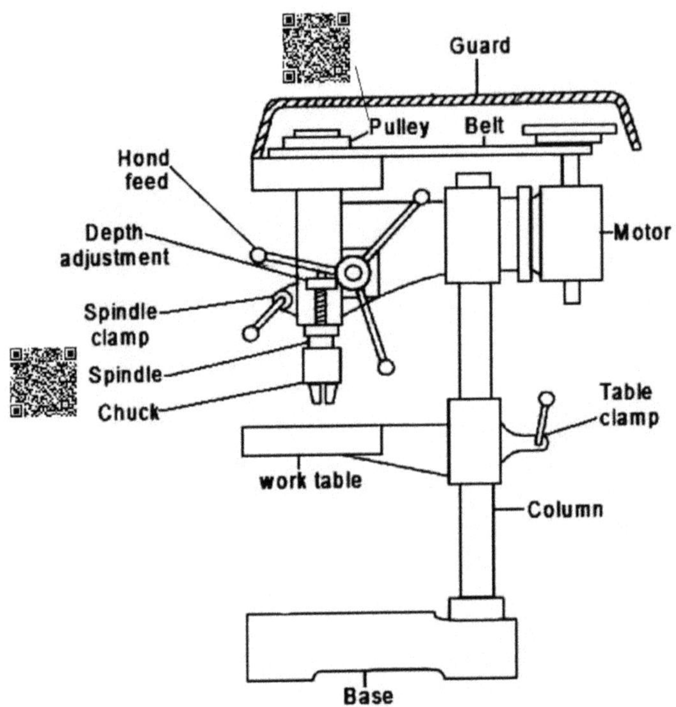

Piller Drilling Machine

Bench Grinding Machine

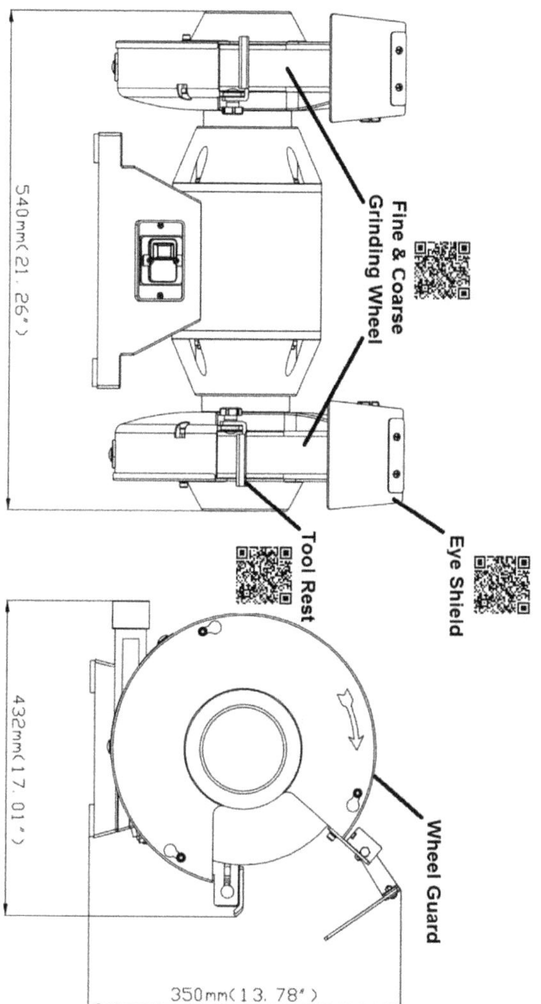

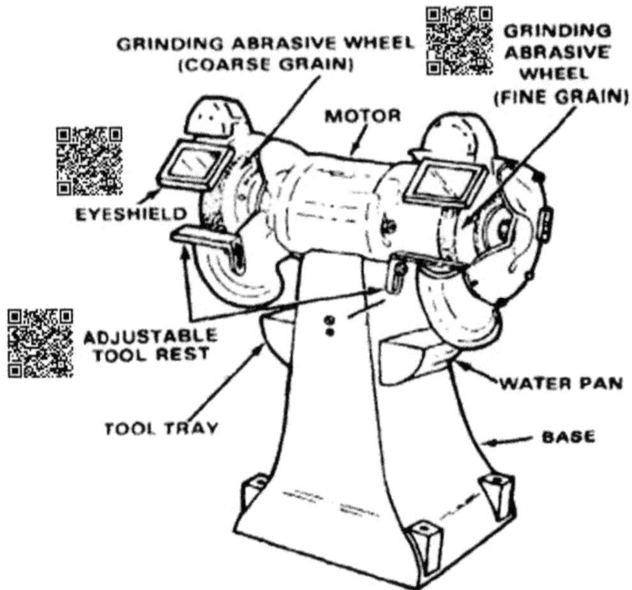

Pedastal Grinding Machine

2

टर्नर द्वितीय वर्ष मराठी MCQ

1] उत्पादनानुसार लेथचे किती प्रकार आहेत?

अ] दोन

ब] तीन

<u>क] चार</u>

ड] पाच

2] सेंटर लेथचे किती प्रकार आहेत?

अ] दोन

ब] तीन

क] चार

<u>ड] पाच</u>

<u>lathe</u>

lathe machine

<u>लेथमशीनॲनिमेशनआणिव्हिडिओ</u>

3] उत्पादन लेथचे किती प्रकार आहेत?

अ] <u>दोन</u>

ब] तीन

क] चार

ड] पाच

4] रोलर लेथ कोणत्या प्रकारचे लेथ आहे?

अ] बेंच लेथ

<u>ब] स्पेशललेथ</u>

क] उत्पादन लेथ

डी] सेंटर लेथ

lathe lathe machine

लेथ मशीन ॲनिमेशन आणि व्हिडिओ

5] मोठ्या प्रमाणात उत्पादनासाठी कोणते मशीन वापरले जाते?

अ] सेंटर लेथ

<u>ब] उत्पादनलेथ</u>

क] स्पेशल लेथ

ड] इंजिन लेथ

6] अधिक अचूक कामासाठी कोणता लेथ वापरला जातो?

अ] सेंटर लेथ

ब] स्पेशल लेथ

क] उत्पादन लेथ

ड] टूलरूमलेथ

7] टूल रूम लेथची अचूकता...] ते कॉम्पीअर सेंटर लेथ.]

(अ] कमी

(आ.]अधिक

(क] खूप कमी

(ड .) समान

8] लोकोमोटिव्ह असेंबल व्हीलमध्ये एक्सेलसह ...... लेथ चालू आहे

(अ] केंद्र खराद

(ब] टूल रूम लेथ

(क.) चाकाचा लेथ

(ड] गॅप बेड लेथ

9] कास्ट आयरनचा वापर मशीन बेड तयार करण्यासाठी केला जातो कारण -------

अ] तेअधिकसंकुचिततणावाचाप्रतिकारकरूशकते

ब] ते वजनाने जड असते

क] हा स्वस्त धातू आहे

ड] हा एक ठिसूळ धातू आहे

10] खालीलपैकी कोणते ऑपरेशन सेंटर लेथवर करता येत नाही?]

अ] वळणे

ब] धागा कापणे

क] गियरकटिंग

ड] बारीक टर्निंग

gears gears

<u>गियर</u>ॲनिमेशन आणि व्हिडिओ

11] MS] जॉब चालू करताना कटिंग टूल आणि मटेरिअलपासून कोणत्या प्रकारच्या चांगल्या चिप्स तयार होतात?

अ] स्पायरल चिप्स

ब] गोलाकार चिप्स

क] <u>लांबचिप्स</u>

D] सरळ आणि लांब चिप्स

12] सिमेंट कार्बाइड मटेरियल आहे....?

अ] फेरस धातू

ब] <u>नॉन-फेरसधातू</u>

क] मिश्रधातूचे स्टील

ड] नॉन-फेरस मिश्रधातू

13] कार्बाइड टिप टूलसाठी हार्ड मटेरिअल चालू करण्यासाठी त्याकडे... इसेंशियल आहे?

अ] बाजूच्या रेकचा कोन

ब] शून्य रेक कोन

C] सकारात्मक रेक कोन

ड] <u>नकारात्मकरेककोन</u>

14] 373 rpm वर फिरणाऱ्या 9 मिमी व्यासाच्या स्लॉट मिलचा वापर करून स्टीलच्या घटकामध्ये स्लॉट चक्की करावयाचा आहे] कटिंग गती असेल

अ] <u>10.55 मी/मिनिट</u>

ब] 26.7 मी/मिनिट

C] 181.9 मी/मिनिट

ड] 11 मी/मिनिट

15] 12 मिमी व्यासाची एंड मिल 14 m/min च्या कटिंग स्पीडसाठी सेट करायची आहे] rpm] मशीनवर सेट करणे आवश्यक आहे

A] 271.7 rpm

B] 183.17 rpm

C] 76 rpm

डी] <u>३७१.२१आरपीएम</u>

16] कटरचा व्यास 80 मिमी असतो] कटिंगचा वेग 20 मीटर/मिनिट असेल तर] स्पिंडलचा आरपीएम असावा

अ] 90.7 आरपीएम

ब] <u>79.55 आरपीएम</u>

C] 25.75 rpm

D] 107.95 rpm

17] उपकरणासाठी झिरो रेक अँगल द्या?

अ] साधनाचे घर्षण टाळण्यासाठी

ब] साधनआयुर्मानवाढवण्यासाठी

क] स्ट्रेट ऑफ टूल वाढवण्यासाठी

ड] कामावर चांगले काम करण्यासाठी

18] ....] आणि ....] फॉर्म टर्निंगमध्ये आकाराचे काम?

A] साधा आणि V] आकार

ब] चौरस आणि गोल

C] अवतलआणिउत्तल

ड] V आणि फेरी

19] यंत्राच्या वळणाने कोणता भाग तयार होतो?

अ] पाया

ब] पलंग

क] कॅरेज

ड] हाताळते

20] या हेतूने फॉर्म टर्निंग केले ....?

अ] आकर्षकनोकरीसाठी

ब] मोठ्या सामग्री कापण्यासाठी

C] चांगल्या फिनिशिंगसाठी

डी] नोकरीवरील सर्वात लहान कपातीसाठी

21] फॉर्म टर्निंगच्या मोठ्या प्रमाणात उत्पादनासाठी कोणत्या प्रकारचे धातूचे साधन वापरतात?

अ] HSS]

ब] एचसीएस]

क] कार्बाइड

ड] सिमेंटाइट

22] टेम्प्लेट म्हणजे काय?

अ] कटिंग ऑपरेशनपैकी एक

ब] फॉर्म वळणाचा एक

क] नोकरीचीसमानआकृती

ड] साधनांपैकी एक

23] साचा कोणत्या उद्देशाने वापरतात?

अ] चिन्हांकितआणितपासणीसाठी

ब] थ्रेडिंगसाठी

क] वळण्यासाठी

D] मोजण्यासाठी

24] टेम्प्लेट बनवण्यासाठी कोणते साहित्य वापरले जाते?

A] HCS] प्लेट

ब] विशेष साधन स्टील

क] पितळ किंवा तांबे

d] GI]शीटकिंवा MS]पातळशीट

२५] --------------- घटकाचा आकार तपासण्यासाठी वापरला जातो

अ] साचा

ब] स्नॅप गेज

क] वाद्य

ड] साइन बार

26] डायल टेस्ट इंडिकेटर हे मापन दर्शवते.....

अ] घटकाचा वास्तविक आकार

B] 5 मिमीच्या दोन पायऱ्यांमधील फरक

C] पॉइंटरच्या माध्यमातून आकारात वाढवलेले लहान बदल

डी] परिमाण थेट वाचन

27] डायल टेस्ट इंडिकेटरच्या कामाचे तत्व आहे

स्लॉटेड लिंक वापरून रेषीय गती परस्पर गतीमध्ये रूपांतरित केली जाते

बी रेषीय गती रॅक आणि पिनियन वापरून रोटरी गतीमध्ये रूपांतरित केली जाते

लेन्स वापरून लहान भिन्नतेचे C मोठीकरण

इलेक्ट्रॉनिक माध्यमांद्वारे डी मोठीकरण:

28] बाहेरील व्यासाची एकाग्रता तपासण्यासाठी खालीलपैकी कोणते साधन वापरले जाते...?

अ] बाहेरील मायक्रोमीटर

ब] चाचणीनिर्देशकडायलकरा

क] व्हर्नियर कॅलिपर

ड] कॅलिपर डायल करा

dial test indicator 1 Dial Guage

डायलचाचणीनिर्देशकॲनिमेशन आणि व्हिडिओ

29] डायल टेस्ट इंडिकेटरच्या प्लंगरच्या रेखीय गतीला पॉइंटरच्या रोटरी मोशनमध्ये रूपांतरित करण्यासाठी खालीलपैकी कोणती यंत्रणा वापरली जाते....?

अ] स्क्रू थ्रेड यंत्रणा

ब] जलद परतावा यंत्रणा

क] रॅकआणिपिनियनयंत्रणा

ड] हायड्रॉलिक यंत्रणा

30] समान घटकांची मितीय अचूकता तपासण्यासाठी डायल टेस्ट इंडिकेटर आकारानुसार सेट केला जातो आणि तुलनाकर्ता म्हणून वापरला जातो डायल क्वाज सेट करण्यासाठी तुम्ही काय वापराल...?

अ] स्नॅप गेज

ब] बाहेरील मायक्रोमीटर

क] साइन बार

ड] स्लिपगेज

31] डायल टेस्ट इंडिकेटरचा वापर..?

अ] अंध छिद्राची लांबी 0.01 मिमी अचूकता तपासण्यासाठी

ब] 0.001 मिमीच्या अचूकतेवर बाह्य व्यास तपासण्यासाठी

C] 0.01 मि.मी.च्या अचूकतेकडेवळलेल्याकामाचीदंडगोलाकारतातपासण्यासाठी

ड] वरीलपैकी काहीही नाही

32] डायल टेस्ट इंडिकेटर वापरला जातो..?

अ] छिद्रांचे एकाग्रतेने तपासणे

ब] शाफ्टची दंडगोलाकारता तपासण्यासाठी

C] कामाची समांतरता 0.01 मिमी अचूकता तपासण्यासाठी

ड] वरीलसर्व

33] यकृत प्रकार डायल टेस्ट इंडिकेटरमध्ये या यंत्रणेद्वारे हालचाल वाढवता येते...?

अ] रॅक आणि पिनियन

ब] लीव्हरआणिस्क्रोल

क] स्क्रू धागा

ड] जलद परतावा

34] डायल टेस्ट इंडिकेटर मोजमाप दाखवतो...?

अ] नोकरीचा वास्तविक आकार

ब] दोन पायऱ्यांमधील फरक ०.५ मिमी

क] आकाराचे थेट वाचन

ड] <u>पॉइंटरद्वारेआकारातलहानफरक</u>

35]समान घटकांची मितीय अचूकता तपासण्यासाठी, डायल टेस्ट इंडिकेटर सेट केला जातो-टी 6 आकारासाठी आणि तुलनाकर्ता म्हणून वापरला जातो] डायल टेस्ट इंडिकेटर सेट करण्यासाठी तुम्ही काय वापराल?

A] डायल टेस्ट इंडिकेटर

ब] टीटर गेज

<u>क] स्लिपगेज</u>

डी], पृष्ठभाग गेज

36] डायल टेस्ट इंडिकेटरचे उपयोग ----------

अ] समांतरता आणि सपाटपणासाठी समतल पृष्ठभाग तपासणे

ब] शाफ्ट आणि बार्सचा सरळपणा तपासण्यासाठी

क] छिद्र आणि शाफ्ट्सची एकाग्रता तपासण्यासाठी

<u>ड] वरीलसर्व</u>

37] डायल चाचणी निर्देशक दर्शवितात की मापन -------

<u>अ] विवर्धितलहानभिन्नताबिंदूद्वारेआकारआहे</u>

ब] वरच्या पायऱ्यांमधील फरक 5 मि.मी

क] घटकाचा वास्तविक आकार

ड] परिमाण थेट वाचन

38] मापन केलेल्या लहान भिन्नतेला मोठे करणाऱ्या साधनाचे नाव द्या]

अ] व्हर्नियर कॅलिपर

ब] मायक्रोमीटर

<u>C]डायलइंडिकेटर</u>

ड] पोलादी नियम

39] डायल टेस्ट इंडिकेटरबद्दल खालीलपैकी कोणते बरोबर नाही?

अ] त्याच्या डायलवर 100 विभाग आहेत

ब] स्टेमची हालचाल गियर ट्रेनद्वारे डायलमध्ये हस्तांतरित केली जाते

<u>क] त्याचीअचूकता 0.1 मिमीआहे</u>

डी] डेप्थ गेजच्या संयोगाने वापरला जातो

40] पुढील रेखांकनात, समोरचा क्लिअरन्स देवदूत कोणता?

अ] <u>फ्रंटक्लिअरन्सकोन</u>

ब] पाचर कोन

क] कटिंग कोन

ड] बॅक रेक कोन

41] कटिंग टूल जेव्हा त्याची क्रिया सुरू करते आणि या स्थितीत कटिंग फोर्स वाढतो तेव्हा टूलचा पुढील परिणाम होतो..?

अ] टूलचा क्लिअरन्स अँगल जास्त आहे

ब] <u>टूलचाक्लिअरन्सअँगलकमीआहे</u>

क] उपकरणाचा रेक कोन कमी आहे

D] उपकरणाचा रेक कोन जास्त आहे

42] टूलसाठी रेक अँगलचा उद्देश काय आहे?

अ] <u>मानसिकचिप्ससाठीयोग्यदिशा</u>

ब] नोकरीत उत्तम फिनिशिंग

क] साधनाचे आयुष्य वाढवण्यासाठी

ड] नोकरी आणि साधन यांच्यातील घर्षण टाळण्यासाठी

43] कटिंग टूलसाठी क्लिअरन्स अँगल देण्याचा उद्देश काय आहे?

अ] मेटल कटिंग चिप्सच्या योग्य दिशेने

ब] कामाचा फटका बसल्यावर घर्षण कमी करा

C]<u>नोकरीच्याघर्षणाच्याऋषीसाठी</u>

डी] कामावर चांगले काम करण्यासाठी

44] कटिंग टूल्सने वरच्या मध्यभागी उंची निश्चित केली तर काय होईल?

अ] <u>शीर्षरेककोनवाढवा</u>

ब] कमी शीर्ष रेक कोन

C] टॉप रेक अँगलवर कोणताही परिणाम होत नाही

D] क्लिअरन्स कोन वाढवा

45] कटिंग टूल सेटिंग मध्यभागी उंचीपेक्षा कमी केल्यास काय होईल?

अ] शीर्ष रेक कोन वाढवा

ब] <u>शीर्षरेककोनकमीकरा</u>

C] रेकवर कोणताही परिणाम होत नाही

ड] क्लिअरन्स कोन कमी करा

46] कटिंग टूल कामाच्या केंद्राला अस्वस्थ करत असेल तर?

अ] फ्रंट क्लीयरन्स कोन वाढवा

B] <u>समोरीलमंजुरीकोनकमीकरा</u>

C] समोरच्या मंजुरीच्या कोनावर कोणताही परिणाम होत नाही

D] त्यापैकी एकही नाही

47] कटिंग टूल जर कामाच्या केंद्राची सेटिंग खाली असेल तर?

अ] फ्रंटक्लीयरन्सकोनवाढलेलाआहे

B] फ्रंट क्लीयरन्स कोन कमी आहे

C] क्लिअरन्स अँगलवर कोणताही प्रभाव नाही

ड] त्यापैकी एकही नाही

48] उपकरणासाठी झिरो रेक अँगल द्यावा?

अ] साधनाचे घर्षण टाळण्यासाठी

ब] साधनआयुर्मानवाढवण्यासाठी

C] सरळ साधनाच्या वाढीसाठी

ड] कामावर चांगले काम करण्यासाठी

49] कार्बाइड टिप टूलसाठी हार्ड मटेरिअल चालू करण्यासाठी त्याकडे... इसेंशियल आहे?

अ] बाजूच्या रेकचा कोन

ब] शून्य रेक कोन

क] सकारात्मक रेक कोन

ड] नकारात्मकरेककोन

५०] कटिंग टूलची कटिंग एज तुटत नाही का...?

अ] खाद्य वाढ

ब] कटिंगचा वेग कमी केला

क] नाकाची लांबी कमी होणे

D] नकारात्मकरेकअँगलवापरा

51] भोक खोदण्यासाठी आणि पुन्हा बांधण्यासाठी वापरण्यात येणारे जिग बुश...?

A] दाबा फिट बुश

ब] लाइनर झुडूप

क] स्लिपअक्षयझुडूप

ड] स्थिर अक्षय झुडूप

52] नोकरी ठेवण्यासाठी कोणते यंत्र वापरले जाते आणि काम करताना टोलसाठी मार्गदर्शन केले जाते?

अ] गेज

ब] गृहनिर्माण

क] जिग

ड] स्थिरता

53] खालील दिलेले उपकरण कोणते फक्त क्लॅम्पिंग कामासाठी वापरले जाते?

अ] जिग

<u>ब] स्थिरता</u>

क] गृहनिर्माण

ड] गेज

54] वेल्डिंग जॉबद्वारे फॅब्रिकेटेड असताना वेल्डिंग जॉबच्या 360 डिग्री सेल्सिअस पर्यंत फिक्स्ड किंवा रिव्हॉल्व्हिंगसाठी कोणते उपकरण वापरले जाते?

अ] गेज

b] साचा

क] जिग

<u>ड] स्थिरता</u>

55] ड्रिलिंग जिगच्या मुख्य गोष्टी मशीन टेबलसह क्लॅम्पिंग नसतात खालील कारण कोणते योग्य आहे?

<u>अ] तेऑपरेशनसाठीमजबूतआहे</u>

ब] ते ऑपरेशनसाठी सोपे आहे

सी] कामावर ड्रिलिंग करताना वेगवेगळ्या सेटिंगद्वारे अनेक वेगवेगळ्या आकाराची छिद्रे तयार होतात

डी] या उपकरणासाठी बराच वेळ आहे

56] गोल आकाराच्या नोकरीसाठी कोणती ठिकाणे सर्वात उपयुक्त आहेत?

अ] पिन प्रकार लोकेटर

ब] वेज टाइप लोकेटर

<u>सी] वीलोकेटर</u>

डी] समायोज्य स्टॉप लोकेटर

57] ड्रिलिंग जिग्समध्ये बुशिंग वापरण्याचे खालील कारण योग्य आहे?

अ] ड्रिलिंगसाठी सोपे

ब] निश्चित ड्रिल होल आकारासाठी

<u>C]अचूकड्रिलिंगऑपरेशनसाठी</u>

D] चांगल्या फिनिश ड्रिलिंग होलसाठी

58] जिग बुश तयार करण्यासाठी धातू...?

अ] सौम्य पोलाद

ब] कास्ट लोह

क] कास्ट स्टील

<u>ड] टूलस्टील</u>

59] नूतनीकरणयोग्य बुशिंग शोधण्यासाठी कोणती बसिंग वापरली जाते?

अ] दाबा फिट बुशिंग

<u>ब] रेखीयबुशिंग</u>

क] विशेष बुशिंग

ड] knurd बुशिंग

60] जिगमध्ये सहनशीलता असते..?

अ] नोकरी सहिष्णुता पाच उपस्थित

ब] नोकरी सहनशीलता दहा टक्के

<u>C] 20% ते 50% नोकरीसहनशीलता</u>

ड] 100% नोकरी सहनशीलता

61] बोअरच्या स्थानासाठी कोणत्या जिगचा वापर केला जातो?

अ] प्लेट जिग

ब] घन जिग

<u>क] पोस्टजिग</u>

ड] बॉक्स जिग

62] कोणत्या जिगमध्ये ड्रिल प्लेट असते?

अ] घन जिग

<u>ब] प्लेटजिग</u>

क] बॉक्स जिग

ड] टेबल जिग

63] अंतर्गत व्यास स्थानासाठी खालील लोकेटर वापरला जातो?

अ] घन सपोर्ट्स

<u>ब] पिनप्रकारलोकेटर</u>

क] वी लोकेटर

ड] नेस्ट लोकेटर

64] Drm जिग बुशिंग-सामान्यतः ------------ करण्यासाठी कठोर असतात.

अ] सौम्य पोलाद

ब] कास्ट लोह

क] कास्ट स्टील

<u>ड] तोईस्टील</u>

65] जिग्स हे उपकरण आहे जे -------------

अ] कामाचा भाग शोधा

ब] कामाचा तुकडा पकडणे आणि आधार देणे

क] कटिंग टूलचे मार्गदर्शन करा

<u>ड] वरीलसर्वकरतो</u>

66] खालीलपैकी कोणत्या जिग्सचा वापर बोअरमधून फोलोकेशनसाठी केला जातो?

अ] प्लेट जिग

ब] घन जिग

<u>क] पोस्टजिग</u>

ड] पेटी जिग

67] फिक्स्चर हे उत्पादन उपकरण आहे जे -----------]

<u>अ] वर्कपीसधरतोआणिशोधतो</u>

ब] तुकडा धरतो

क] कामाच्या तुकड्याशी गप्पा मारणे,

D] धारण करत नाही किंवा] कामाचा भाग शोधत नाही

68] खालीलपैकी कोणते साधन साधनाचे मार्गदर्शन करण्यासाठी आणि मोठ्या प्रमाणावर उत्पादनात काम ठेवण्यासाठी वापरले जाते? '

अ] गेज]

ब] गृहनिर्माण

<u>क] स्थिरता</u>

ड] जिग

69] ड्रिल जिगमध्ये प्रोई/आयडिंग बुशिंगचा उद्देश खालीलपैकी कोणता आहे?

<u>अ] अचूकपणेशोधण्यासाठीआणिअचूकड्रिलिंगऑपरेशनसाठीड्रिलचेमार्गदर्शनकरण्यासाठी</u>

ब] ड्रिल करायच्या छिद्राचा आकार निश्चित करण्यासाठी

क] सुलभ ड्रिलिंगसाठी

ड] ड्रिल केलेल्या छिद्रांमध्ये चांगला तयार पृष्ठभाग मिळविण्यासाठी

70] ड्रिल जिग कशासाठी वापरतात? _,

अ] फक्त ड्रिल ऑपरेशन्स]

<u>ब] ड्रिलिंगसाठीकामक्लॅम्पिंग</u>

क] ड्रिलिंग, रीमिंग, टॅपिंग आणि इतर ऑपरेशन्स

ड] केवळ साधनांचे मार्गदर्शन करणे

71] खालीलपैकी कोणत्या जिगमध्ये ड्रिल प्लेट असते, जी ड्रिल करण्याच्या घटकावर असते?]]]]

अ] घन जिग]

<u>ब] प्लेटजिग]</u>

क] बॉक्स जिग

ड] ड्डनिअन जिग

72] जिग हे एक उपकरण आहे जे -----------

अ] कामाचा भाग शोधतो]

ब] वर्क पीस आणि गाईड टूलला धरून सपोर्ट करते

क] कटिंग टूलचे मार्गदर्शन करते

डी] कटिंगटूलधरा]

73] ड्रिल जिग .... साठी वापरतात.

अ] ड्रिलिंग, रीमिंग, टॅपिंगआणिइतरसंबंधितऑपरेशन्स

ब] फक्त ड्रिलिंग ऑपरेशन्स

क] ड्रिलिंग करताना जॉब क्लॅम्पिंग

ड] केवळ साधनाचे मार्गदर्शन करणे

74] फिक्स्चर हे उत्पादन उपकरण आहे जे---------: -----

अ] वर्क पीस धरतो '

ब] कामाचा भाग शोधा

C]कामाचातुकडाधरतोआणिशोधतो

D] कामाचा तुकडा धरत नाही किंवा शोधत नाही

75] बॉक्स जिगचा उद्देश आहे

अ] नोकरी धरा आणि अंतर्गत धागे तयार करण्यासाठी साधनाचे मार्गदर्शन करा

ब] अनेककलतेछिद्रेनिर्माणकरणे

क] अनेक सरळ छिद्रे निर्माण करणे

D] यापैकी काहीही नाही

76] जिग आणि फिक्स्चर हे --------]

अ] मशीनिंग टूल्स

ब] अचूकसाधने

क] दोन्ही (अ] आणि (ब]

ड] यापैकी नाही

77] 'फिक्श्चरच्या तुलनेत जिग वजनाच्या बाबतीत किती आहेत?

अ] जिग्सफिक्स्चरपेक्षाहलकेअसतात

ब] जिग्स फिक्स्चरपेक्षा जड असतात

C] जिग्स समान ऑपरेशनसाठी फिक्स्चरच्या वजनात समान असतात

ड] यापैकी नाही

78] मशिनिंग पार्ट्ससाठी कोणते फिक्स्चर वापरले जातात ज्यांचे तपशील समान अंतरावर असतात?

अ] प्रोफाइल फिक्स्चर

ब] डुप्लेक्स फिक्स्चर

क] अनुक्रमणिकाफिक्स्चर

ड] यापैकी नाही

79] एका टूलमध्ये चिप ब्रेकर दिलेला आहे

अ] 'हे चिप्सचे लहान तुकडे करतात

ब] लांब कट पासून चिप्स सतत प्रकार असणे

C] चिरलेल्या चिप्स असणे]

80] स्टेप प्रकार चिप ब्रेकर एक आहे

अ] ज्यामध्ये कटिंग काठाच्या मागे एक लहान खोबणी आहे

ब] ज्यामध्ये कटिंग एजच्या बाजूने टूलच्या चेहऱ्यावर एक पायरी आहे

C] ज्यामध्ये एक पातळ कार्बाइड प्लेट किंवा क्लॅम्प टूलच्या तोंडावर ब्रेझ केलेले किंवा स्क्रू केले जाते]

81] साइन बार बनलेला आहे

अ] उच्च कार्बन स्टील

ब] हाय स्पीड स्टील

क] निकेल स्टील

डी] स्थिर क्रोमियम स्टील]

82] साठी साइन बार वापरला जातो

अ] ड्रिलिंगसाठी काम समतल करणे

ब] टेपर जॉबचा कोन शोधणे

क] छिद्रांचा व्यास मोजणे

डी] धाग्याचे प्रोफाइल तपासत आहे]

83] साइन बारची लांबी हे दरम्यानचे अंतर आहे

अ] साइन बारच्या एका टोकापासून दुसऱ्या टोकापर्यंत

ब] साइन बारची कर्णरेषा क्रॉस लांबी

C] रोलर्स दरम्यान मध्यभागी मध्यभागी

ड] रोलर्सच्या दरम्यान बाहेरून बाहेरून]

sine bar 1

Sine Bar

साइन बार ॲनिमेशन आणि व्हिडिओ

84] साइन बारचा आकार त्याच्या द्वारे निर्दिष्ट केला जातो

अ] वजन

ब] रुंदीचे मोजमाप

<u>क] लांबी</u>

डी] सेटिंगचा कमाल कोन]

85]साइन बारच्या एका टोकाला स्टॉपर प्रदान करण्याचा उद्देश आहे

अ] सुलभ हाताळणी

<u>ब] काम घसरण्यापासून रोखणे]</u>

C] स्लिप गेजला आधार देणे

डी] सेटिंग करताना संदर्भ म्हणून वापरणे]

86] एक साइन बार त्याच्या शरीरावर चार किंवा पाच समान अंतराच्या छिद्रांसह बनविला जातो] या छिद्रांचा उद्देश आहे

<u>अ] साइनबारसहजहाताळा</u>

ब] सिन बारचे वजन कमी करा

C] साइन बारच्या वरच्या पृष्ठभागाच्या विकृतीला प्रतिबंध करा

ड] साइन बारला चांगले स्वरूप द्या

87] यासाठी साइन बार वापरला जातो

अ] छिद्रांचा व्यास मोजणे '

<u>ब] टेपरजॉबचाकोनशोधणे</u>

क] ड्रिलिंगसाठी काम समतल करणे

ड] थ्रेडचे प्रोफाइल चक्किंग

88] साइन बार वापरून कोन मोजण्यासाठी स्लिप गेजची उंची आणि

अ] साइनबारचीउंची

ब] नंबर स्लिप गेज

क] साइन बारची लांबी

ड] साइन बारची रुंदी

89] ----------- 1 च्या अचूकतेमध्ये कोन तपासण्यासाठी वापरला जातो]

अ] गेज

ब] साइनबार

क] मंदिर

ड] दुर्बिणीसंबंधी गेज

90] संपर्क रोलर्सची मध्यवर्ती रेषा आणि साइन बार असल्यास डेटाम पृष्ठभाग

अ] समान ओळ ''

ब] समांतर

क] कललेला

ड] लंब

91] साइन पट्टी बनलेली आहे -.

अ] उच्च कार्बन स्टील

ब] स्थिरक्रोमियमस्टील'

क] हाय स्पीड स्टील

ड] Nicked स्टील

92] वर्क पीसचा कोन अचूकपणे तपासण्यासाठी l=200 मिमी लांबीचा साइन बार वापरला जातो] तपासायचा कोन: 250 स्लिप गेजची उंची 'h' काढा?

अ] 84.54 मिमी

ब] 83.52 मिमी

क] 81.81 मिमी

ड] 85.52 मिमी

93] खालीलपैकी कोणते विधान बरोबर आहे?'

अ] आकारतपासण्यासाठीगेजवापरलेजातात

ब] आकार चक करण्यासाठी टेम्पलेट वापरतात

क] आकार मोजण्यासाठी गेज वापरतात

D] घटकाचा आकार तपासण्यासाठी गेज वापरतात

94] विभागात कोणत्या मानक तापमानावर गेज ठेवले जातात?

अ] 100 क

ब] 20° से
क] 100 फॅ
D] २०° फॅ
95] वर्कशॉपमध्ये सामान्यतः कोणत्या ग्रेडचा स्लिप गेज वापरला जातो?
A] ग्रेड 0
ब] ग्रेड एल
क] ग्रेड एच
ड] ग्रेड 0

slip gauge 1 Slip Gauge

स्लिप गेज अॅनिमेशन आणि व्हिडिओ

96] भारतीय मानकांनुसार एक विशेष संच गेज वापरला जातो ज्याचा समावेश होतो
अ] 81 तुकडे
ब] 112 तुकडे
क] 120 तुकडे
ड] 130 तुकडे
97] संदर्भ गेजची अचूकता आहे
अ] ०.०५ मिमी
ब] 0.01 मिमी
क] ०.००१]
ड] 0.0001 मिमी
98] स्लिप गेज वर मुंग्या बुरचे केस, ते काढून टाकले पाहिजे
अ] भरणे
ब] लॅपिंग
क] खरवडणे
ड] दळणे
99] स्लिप गेजची कठोरता असावी?
A] 63 HRC पेक्षाजास्त
ब] 58 HRC

C] 55 HRC

ड] 50 HRC

100]--------------- ०.०१ मिमीच्या अचूकतेमध्ये घटक तपासण्यासाठी स्लिप गेजचा वापर केला जातो.

अ] कार्यशाळेचेगेज

ब] तपासणी मापक

क] संदर्भ गेज

ड] रिंग गेज

101], ------------ अचूक साधनाची अचूकता तपासण्यासाठी वापरले जाते]

अ] गेजब्लॉक

ब] फॅडर गेज

क] साइन बार

ड] प्लग गेज

102] अचूकता सुनिश्चित करण्यासाठी वापरण्यापूर्वी स्लिप गेज साफ केले जातात] यासाठी तुम्ही कोणते माध्यम वापराल.

अ] तेल

ब] पातळ

C]कार्बनटेट्राक्लोराईड / पांढरेपेट्रोल

ड] टर्पेन्टाइन तेल

103]समान घटकांची मितीय अचूकता तपासण्यासाठी, डायल टेस्ट इंडिकेटर सेट केला जातो-टी 6 आकारासाठी आणि तुलनाकर्ता म्हणून वापरला जातो] डायल टेस्ट इंडिकेटर सेट करण्यासाठी तुम्ही काय वापराल?

A] चाचणी निर्देशक डायल करा

ब] टीटर गेज

क] स्लिपगेज

डी], पृष्ठभाग गेज

104] साइन बारबद्दल खालीलपैकी कोणते विधान बरोबर नाही?

अ] दोन्ही बाजूला ठेवलेले टो प्रिसिजन रोलर्स वापरतात

ब] क्रोमियम स्टीलचे बनलेले

क] पृष्ठभाग लॅप केलेला आहे

D]छिद्रांचीमध्यरेषावरच्यापृष्ठभागाकडेझुकलेलीअसेल

105] स्लिप गेज म्हणजे -----------

अ] आयताकृतीब्लॉक

ब] चौरस ब्लॉक

C] क्यूबिक ब्लॉक

ड] दंडगोलाकार ब्लॉक

106] स्लिप गेजच्या चौथ्या मालिकेत, 46 तुकड्यांमध्ये खालीलपैकी कोणती श्रेणी बरोबर आहे

अ] 1.0 ते 9.0 मि.मी.

ब] 1.001 101.009 मिमी

क] 1.01 ते 1.09 मि.मी

D]'1.1'ते_-1.9मिमी

107] स्लिप गेजच्या 5व्या मालिकेत, 46 तुकड्यांमध्ये खालीलपैकी कोणती श्रेणी बरोबर आहे –

अ] 100 ते 100 मि.मी.'

ब] 1.001 ते 1.009 मिमी

C] 1.01 ते 0.09mrn

ड] 11 ते 9 मि.मी

108] स्लिप गेजच्या 2NDS मालिकेत, 45 तुकड्यांच्या सेटमध्ये खालीलपैकी कोणती श्रेणी योग्य आहे-

अ] 1.0 ते 9.0 मि.मी

ब] 1.001 ते 1] 009 मिमी

क] 1.01 ते 1.09 मि.मी

ड] 1.1 ते 1.9 मि.मी

109] स्लिप गेजच्या 3rd मालिकेत, 46 तुकड्यांमध्ये खालीलपैकी कोणती श्रेणी बरोबर आहे –

अ] 10.0 ते 100 मि.मी

B] 1.001 ते 1.009 मिमी

क] 1.01 ते 1.09 मि.मी

ड] 1.1 ते 1.9 मिमी

110] स्लिप गेजच्या 1ल्या मालिकेत, 46 तुकड्यांमध्ये खालीलपैकी कोणती श्रेणी बरोबर आहे –

अ] ०.००१मिमी

ब] 001 मिमी

क] 0.1 मि.मी

ड] 1.0 मि.मी

111] स्लिप गेजच्या 2nd SERIES मध्ये, 46 तुकड्यांच्या सेटमध्ये खालीलपैकी कोणते STEP बरोबर आहे –

अ] ०.००१ मिमी

<u>ब] 0.01 मिमी</u>

क] 0.1 मिमी

ड] 1-0 मि.मी

112] स्लिप गेजच्या तिसर्‍या मालिकेत, 46 तुकड्यांमध्ये खालीलपैकी कोणते STEP बरोबर आहे

अ] ०.००१ मिमी

ब] ०.०१ मिमी

<u>क] 0.1 मिमी</u>

ड] 1.0 मि.मी

113] सिमेंट कार्बाइड थ्रेडिंग टूलसाठी कोणत्या प्रकारची टीप खालीलप्रमाणे आहे?

अ] रिजेक्ट टूलवर क्लॅम्पिंगसाठी

ब] <u>उपकरणावरब्रेझिंगसह</u>

क] टूलवर वेल्डिंगसह

ड] टूलवर सोल्डरिंगसह

114] सिमेंट कार्बाइड थ्रेडिंग टूलची टीप आहे

अ] <u>brazed</u>

ब] वेल्डेड

क] सोल्डर केलेले

ड] टांग्याला चिकटवले

115] सॉफ्ट सोल्डरिंग केले जाते

A] <u>450◦ C खाली</u>

ब] 450◦C च्या वर

C] 900◦C वर

D] 1000◦C वर

116] ब्रेझिंग केले जाते

A] 1900◦C वर

ब] <u>450◦C च्यावर</u>

C] 1000◦C वर

D] 450◦C खाली

117] एक brazed संयुक्त आहे

अ] सोल्डर केलेल्या जोडापेक्षा कमकुवत

ब] सोल्डर जोडण्यापेक्षा मजबूत

सी] वेल्डेड जोडापेक्षा मजबूत

डी] चांदीच्यासोल्डरकेलेल्याजोडापेक्षाकमकुवत

118] पीसताना, पृष्ठभागाचा वेग (कटिंग स्पीड) मध्ये व्यक्त केला जातो

अ] मिमी/मिनिट

B] मिमी/सेकंद

C] मी/मिनिट

D]मी/सेकंद

119] HSS] टूल्ससह ॲल्युमिनियमसाठी कटिंग गती आहे

अ] ३० मी/मिनिट

ब] ५० मी/मिनिट

C] 70 मी/मिनिट

ड] 130 मी/मिनिट

120] HSS] टूलसह ब्राससाठी कटिंग गती आहे

अ] 10 मी/मिनिट

ब] 25 मी/मिनिट

C] 70 मी/मिनिट

ड] 140 मी/मिनिट

121] मशिनिंग करताना उपकरणाची कटिंग धार एका मिनिटात सामग्रीवरून जाते ते अंतर...

अ] RPM

ब] चारा

क] यंत्राचा वेग

ड] कटिंगवेग

122] M24 x 3 मिमी अंतर्गत धाग्यासाठी कटची खोली आहे

अ] ०.५४१२ x ३

ब] ०.६१३४ x ३

क] ०.५ x ३

ड] ०.७ x ३

123] 24 x 3 मिमी अंतर्गत एक्मी थ्रेड्स कापण्यासाठी, जॉबचा मूळ व्यास आहे

अ] 20.00 मिमी

ब] 21.66 मिमी

क] 21.00 मिमी

ड] 20.60 मिमी

124] मेट्रिक स्क्वेअर थ्रेडिंगसाठी कटची खोली आहे

अ] ०.६ x पी

ब] <u>०.५ x पी</u>

क] ०.५४१२ x पी

ड] ०.६४१२ x पी

thread2 screw threads

थ्रेड ॲनिमेशन आणि व्हिडिओ

125] बट्रेस धागा कापण्यासाठी, कटची खोली असते

अ] ०.५४१२ x पी

ब] <u>०.६ x पी</u>

क] ०.७ x पी

ड] ०.७५ x पी

126] वंगण आवश्यक आहे............]

<u>अ] कमीतकमीभारघेऊनमशीनसुरळीतचालवा</u>

ब] यंत्र लवकर चालवा

क] मशीन ताबडतोब थांबवा

ड] अधिक अचूकतेचा कार्य भाग तयार करा

127] एक्स्ट्रीम प्रेशर ॲडिटीव्ह (EPA] ची शक्ती सुधारण्यासाठी कटिंग फ्लुइडमध्ये मिसळले जाते.

अ] थंड करणे

<u>ब] स्नेहन</u>

ड] मशीन केलेल्या पृष्ठभागाचे उत्पादन

क] कटिंग झोनची साफसफाई

128] मशीन टूल्समध्ये स्नेहक वापरण्याचा मुख्य उद्देश ------ आहे.

अ] बनवण्याचे भाग थंड करा

ब] मशीन टूल गरम होण्यापासून प्रतिबंधित करा

C] जवळच्या संपर्कासाठी बनवण्याचे भाग ओले करा

<u>ड] बनवणाऱ्याभागांमधीलघर्षणकमीकरा</u>

129] प्रतिबंधात्मक देखभाल म्हणजे ....]

अ] देखभालीमध्ये संवेदनशील उपकरणे वापरणे समाविष्ट असते

ब] देखभाल साधारणपणे ऑपरेटर स्वतः करतो
क] मशीन खराब झाल्यावरच काम चालते
<u>ड] अनपेक्षितब्रेकडाउनकमीकरण्यासाठीयोजना</u>
130] ब्रेक डाउन मेंटेनन्स म्हणजे काय?
अ] अनपेक्षित ब्रेकडाउन कमी करण्यासाठी देखभाल
ब] देखभाल साधारणपणे ऑपरेटर स्वतः करतो
क] देखभालीमध्ये जीर्ण झालेले भाग बदलणे समाविष्ट आहे
<u>ड] दुरूस्तीचेकामफक्तमशीनमध्येबिघाडझाल्यावरचचालते</u>
131] नियमित देखभाल --------- आहे
अ] अनपेक्षित ब्रेकडाउन कमी करण्यासाठी नियोजित देखभाल केली जाते
ब] या प्रकारच्या देखभालीमध्ये संवेदनशील उपकरणाचा वापर समाविष्ट असतो
C] हे दुरूस्तीचे काम फक्त मशीनमध्ये बिघाड झाल्यावरच केले जाते
<u>ड] याप्रकारचीदेखभालसामान्यतःऑपरेटरस्वतःकरतो</u>
132] चिन्हांकित करताना संदर्भ पृष्ठभाग प्रदान केला जातो ...
अ] पृष्ठभाग मापक
ब] वर्कपीस
क] कामाचे रेखाचित्र
D] <u>मार्किंगटेबलपृष्ठभाग</u>
133] चिन्हांकित करताना संदर्भ पृष्ठभाग प्रदान केला जातो ...
अ] पृष्ठभाग मापक
ब] वर्कपीस
क] कामाचे रेखाचित्र
D] <u>मार्किंगटेबलपृष्ठभाग</u>
134] सरफेस प्लेट्स बनलेल्या आहेत ...
अ] उच्च दर्जाचे कास्ट स्टील
ब] <u>बारीककच्चालोह</u>
क] मिश्र धातु स्टील्स
ड] लोह
135] कोन प्लेटच्या मशीन नसलेल्या भागावर बरगड्या दिल्या जातात...
अ] सुलभ हाताळणी
ब] उत्पादनात सोय
C] मशीनवर सेट करताना क्लॅम्पिंग
ड] <u>कडकपणाआणिविकृतीटाळण्यासाठी</u>
136] अँगल प्लेटवरील स्लॉट यासाठी दिले आहेत...

अ] वजन कमी करणे

ब] काम संरेखित करणे

क] हुक वापरून उचलणे

D] <u>सामावूनघेणारेबोल्ट</u>.

137] कोन प्लेट्सचे आकार द्वारे सांगितले जाते ...

अ] वजन

ब] लांबी

क] लांबी x रुंदी

ड] <u>आकारक्रमांक</u>

138] सिंगल पॉइंट कटिंग टूल वापरून लीड स्क्रू पिच असलेल्या लेथवर 2.5 मिमीचा स्क्रू थ्रेड कापण्यासाठी आवश्यक गियर प्रमाण ---- आहे.

<u>अ] १:२</u>

ब] २:१

C] 1:1 मिमी

139] थ्रेडिंग टूल्सचा वापर करून 60◦ कोनासाठी अचूकता तपासली जाते.

अ] थ्रेड प्लग गेज

ब] <u>केंद्रगेज</u>

क] स्क्रू पिच गेज

ड] साधन कोन गेज

140] प्रति इंच थ्रेड्सची संख्या a सह तपासली जाऊ शकते

अ] टूल गेज

ब] मोजणी करून मेट्रिक नियम

क] रिंग गेज

ड] <u>स्क्रूपिचगेज</u>

screw pitch gauge Screw Pitch Gauge

स्क्रू पिच गेज ॲनिमेशन आणि व्हिडिओ

141] 60° कोनावर अचूकतेसाठी लेथचे थ्रेडिंग टूल तपासण्यासाठी कोणते गेज वापरले जाते?

अ] स्क्रू पिच गेज

ब] थ्रेड प्लग गेज

<u>क] केंद्रगेज</u>

ड] धागा रिंग गेज

142] टूल मेकरची बटणे वापरली जातात

अ] मार्गदर्शक मार्गांनी ओआय क्रॉसस्लाईडमध्ये ढिलाई समायोजित करा

ब] साधनाची उंची बदला

<u>C] दिलेल्या माहितीनुसार कंटाळवाण्यांसाठी काम संरेखित करा</u>

D] वरीलपैकी काहीही नाही]

143] बोअर आणि स्क्रू दरम्यान जागा मंजूरी दिली आहे

<u>अ] बटणाची स्थिती बदलण्यासाठी</u>

ब] बटण सहज बदलण्यासाठी

C] वंगण घालण्यासाठी बुश

D] बटणाच्या सहज क्लॅम्पिंगसाठी]

144] साधारणपणे अनियमित आकाराच्या जड जॉब्सवर बटण कंटाळवाणे ऑपरेशन केले जातात

अ] तीन जबडा चक (सार्वत्रिक]

<u>ब] फेसप्लेट</u>

C] केंद्रांदरम्यान

ड] चार जबडा स्वतंत्र चक]

145] टूल मेकरची बटणे ओटी बनविली जातात.

अ] प्लास्टिक

ब] कास्ट लोह

<u>क] कडक पोलाद</u>

ड] कांस्य]

146] आतील सर्वात लहान मायक्रोमीटरमध्ये स्लीव्हवर पदवी चिन्हांकित केलेले असते

अ] 10 मि.मी

ब] 12 मिमी

<u>क] 13 मिमी</u>

ड] 25 मि.मी

Inside Micrometer 1 Inside Micrometer

मायक्रोमीटरच्या आत ॲनिमेशन आणि व्हिडिओ

147] मल्टिपल स्टार्ट थ्रेड काढण्यासाठी वापरलेली पद्धत आहे

अ] फॉरवर्ड आणि रिव्हर्स स्विच पद्धत

ब] हाफ नट पद्धत वापरा]

<u>सी] फेस प्लेट आणि इंडेक्सिंग ड्राइव्ह प्लेट पद्धत</u>

ड] संलग्नक पद्धत]

148] एकापेक्षा जास्त स्टार्ट थ्रेड वापरले जातात

अ] वाइस स्पिंडल

ब] लेथ स्पिंडल

क] मानक नट

<u>ड] पेन कव्हर]</u>

149] फेस प्लेटच्या कामात संतुलन साधले जाते

अ] वेग वाढवण्यासाठी

ब] साधनावरील दबाव कमी करण्यासाठी

C] <u>कामाच्याएकसमानरोटेशनसाठी</u>

डी] चांगली समाप्ती मिळवण्यासाठी

150] फेस प्लेट ठेवण्यासाठी वापरला जातो

अ] एक गोल काम

ब] एक पूर्ण झालेले काम

सी] <u>एकअनियमितनोकरी</u>

ड] एक पोकळ काम

151] सरफेस प्लेट्स...

अ] उच्च दर्जाचे कास्ट स्टील

ब] <u>बारीककच्चालोह</u>

क] मिश्र धातु स्टील्स

ड] लोह

152] एक अनियमित आकाराचा वर्क पीस लेथवर चालू केला जातो] खालीलपैकी कोणते वर्क होल्डिंग ॲक्सेसरीज वापरले जाते?

अ] दोन जबडा चक

ब] तीन जबडा चक

क] ड्रायव्हिंग प्लेट

<u>ड] फेसप्लेट</u>

153] कोन प्लेटच्या मशीन नसलेल्या भागावर बरगड्या दिल्या जातात...

अ] सुलभ हाताळणी

ब] उत्पादनात सोय

C] मशीनवर सेट करताना क्लॅम्पिंग

ड] <u>कडकपणाआणिविकृतीटाळण्यासाठी</u>

154] अँगल प्लेटवरील स्लॉट यासाठी दिले आहेत...

अ] वजन कमी करणे

ब] काम संरेखित करणे

क] हुक वापरून उचलणे

D] <u>सामावूनघेणारेबोल्ट</u>.

155] कोन प्लेट्सचे आकार द्वारे सांगितले जाते ...

अ] वजन

ब] लांबी

क] लांबी x रुंदी

ड] <u>आकारक्रमांक</u>

156] फेस प्लेटसह कोणती योग्य कोन प्लेट वापरली जाते

<u>(अ] घन प्रकार</u>

(ब] बॉक्स प्रकार

(C] समायोज्य प्रकार

(डी] त्यापैकी एकही नाही

157] फेस प्लेट यापासून बनविली जाते.....]

(अ] सौम्य पोलाद

<u>(ब] कास्ट आयर्न</u>

(क] पितळ

(डी] ॲल्युमिनियम

158] जेव्हा लेथ मशीनवर अँगल प्लेट वापरली जाते तेव्हा काही वजन ~ दुसऱ्या बाजूला क्लॅम्पिंग म्हणतात.....

(अ.) कॅच प्लेट

(आ.] मागची पाटी

(क] फेस प्लेट

(ड] कोन प्लेट

159] कामाचा तुकडा एका कोन प्लेटच्या चेहऱ्यावर चिकटवण्यासाठी------ वापरले जातात]

अ] चक

B] C clamps

क] स्पिंडल

ड] वाइस

160] स्लॉट --------------- साठी कोन प्लेटवर प्रदान केले आहेत

अ] सामावूनघेणारेबोल्ट

ब] हुक सह लटकणे

क] वजन कमी करणे

ड] काम संरेखित करणे

161] 'V' ब्लॉकच्या खोबणीचा अंतर्भूत कोन नेहमीच असतो....

अ] ४५०

ब] ६००

क] ९००

ड] 120०

162] 'V' ब्लॉक्सच्या ग्रेडमध्ये उपलब्ध आहेत...

अ] अआणिब

ब] अ, ब आणि क

क] १,२ आणि ३

ड] १ आणि २

163] 'B' ग्रेडचे 'V' ब्लॉक बनलेले आहेत

अ] कास्टलोह

ब] सौम्य पोलाद

क] पोलाद

ड] कास्ट स्टील

164] सरफेस प्लेट्स...

अ] उच्च दर्जाचे कास्ट स्टील

ब] बारीककच्चालोह

क] मिश्र धातु स्टील्स

ड] लोह

165] क्लॅम्प्सचा वापर...

अ] मशिनमधून मशीनवर साहित्य वाहून नेणे

ब] <u>कामाचीहालचालरोखणे</u>

क] मशीन केलेल्या घटकांवर स्क्रॅच प्रतिबंधित करणे

ड] अचूकता राखणे

166] भोक खोदण्यासाठी आणि पुन्हा बांधण्यासाठी वापरण्यात येणारी जिग बुश आहे...?

A] दाबा फिट बुश

ब] लाइनर झुडूप

क] <u>स्लिपअक्षयझुडूप</u>

ड] स्थिर अक्षय झुडूप

167]शाफ्टचा जो भाग बेअरिंगमध्ये वाहून नेला जातो त्याला .... म्हणतात.

<u>(अ.) शरीर धारण करणे</u>

(ब] आतील शर्यत

(C] 0उटर रेस

(ड.] पिंजरा

168] झुडूप फिरू नये म्हणून साध्या बेअरिंगच्या बाबतीत, ते बेअरिंगमध्ये बसवले पाहिजे..........]

(अ] वेल्डिंग

(कंटाळवाणा

(क.) ब्रेझिंग

<u>(ड] पेंच किंवा किल्ली</u>

169] खालीलपैकी कोणत्या बेअरिंगमध्ये लोडिंग बेअरिंग अक्षाच्या समांतर आहे?

(अ] ठोस बेअरिंग

<u>(ब] जोर सहन करणे</u>

(सी] रोलर बेअरिंग

(डी] स्व-संरेखित बुश बेअरिंग

170]हे बेअरिंग खालीलपैकी आहेत] दोन भागांमध्ये बनवलेले आणि विशेष प्लमर ब्लॉक्समध्ये एकत्र केले जातात?

(अ] ठोस बेअरिंग

(गो .) धारण करणे

<u>(क.) थुंकणे</u>

(डी] ऍडजस्टेबल लिड बेअरिंग

171] खालीलपैकी कोणत्या प्रकारच्या बेअरिंगच्या रेसवर गोलाकार बोअर असतो?

(A] कोनीय संपर्क बॉल बेअरिंग

<u>(ब] सेल्फ अलाइनिंग बॉल बेअरिंग</u>

(सी] रोलर बेअरिंग

(डी] थ्रश बॉल बेअरिंग

172]रोलर बेअरिंगमधील घर्षण कमी करण्याचे कारण काय आहे?

<u>(अ] संपर्क क्षेत्र</u>

(गो.) वंगण

(सी] साइट्स

173]बेअरिंगचा बाहेरील व्यास घरांच्या मर्यादित बेअरिंगच्या जागेमुळे अनेक प्रकारे प्रतिबंधित असणे आवश्यक आहे.

(अ] बॉल बेअरिंग

(ब] रोलर बेअरिंग

<u>(क] सुई बेअरिंग</u>

(डी] वरीलपैकी कोणतेही

174] बाहय शर्यतीत बॅरल आकाराचे रोलर्स आणि गोलाकार बोअर असलेल्या बेअरिंगचे नाव?

<u>(A] स्वत: संरेखित रोलर बीयरिंग</u>

(ब] रोलर बेअरिंग

(सी] रोलर बेअरिंग

(ड] सुई बेअरिंग

175]शर्यतींचे साहित्य आणि अँटी-फ्लिक्शन बेअरिंगचे रोलिंग घटक....]

<u>(अ] क्रोमियम स्टील किंवा क्रोम-निकेल स्टील]</u>

(ब] स्टेनलेस स्टील]

(क] कास्ट आयर्न]

(ड.) कांस्य

176] जेव्हा अँटी-फिक्शन बेअरिंग शाफ्टमध्ये बसवले जाते तेव्हा] या भागावर दाब लावला पाहिजे.......]

<u>(अ] आतील शर्यत</u>

(आ.] बाहय शर्यत

(स.] पिंजरा

(डी] रोलिंग घटक

177]-ऑइल बाथ किंवा इंडक्शन हीटिंग प्रक्रियेतील बेअरिंगचे गरम तापमान]

(A] (50°C ते 90°C

(B] 90°C ते 100°C

(C] 90°C ते 120°C

(D] 90°C ते 150°C

178] रोलिंग कॉन्टॅक्ट बेअरिंग तापमानापेक्षा जास्त गरम करू नये]

A] 100°C

ब] 120° से

C] 140°C

D] 150°C

179] खालीलपैकी कोणत्या बेअरिंग मटेरिअलची लोड कार्टिंग क्षमता कमी आहे?

(अ] कॅडमियम आधारित मिश्रधातू

(आ.] पांढरा धातू

(क] शिसे कांस्य

(ड] कास्ट लोह

180] टिन आधारित किंवा शिसे आधारित असलेल्या बेअरिंग धातूचे नाव ओळखा?

अ] शिसे कांस्य

ब] तांब्याच्या शिशाचे मिश्रण

क] पांढरा धातू

ड] पितळ

181]बुश बेअरिंगपासून बनवले जाते.....]

(अ] तोफा धातू / कांस्य

(ब] कास्ट लोह

(C] ॲल्युमिनियम मिश्र धातु

(डी] वरीलपैकी काहीही नाही

182]सामान्य नियमानुसार बेअरिंगचे तापमान .....] तापमानापेक्षा जास्त नसावे.

(A] 60°C ते 70°C]

(B] 150°C ते 160°C

(C] 200°C ते 210°C

(D] 250°C ते 260°C

183] खालीलपैकी कोणते बेअरिंग मेटलचे बेअरिंग जास्त तापमानात काम करतात आणि जास्त भार वाहतात?

(अ] अनाग्राम

(ब] कॅडमियम आधारित मिश्रधातू

(C] ॲल्युमिनियम मिश्र धातु

(ड] आघाडीचे कांस्य

184]सिंटरिंग प्रक्रियेद्वारे बेअरिंग धातू बनवण्याचा उद्देश आहे...

<u>(अ] धातूमध्ये सच्छिद्रता प्रदान करणे</u>

(B] ठोस रचना करणे

(क] धातूची ताकद वाढवणे

(डी] वरीलपैकी काहीही नाही

185]स्नेहन कठीण असलेल्या परिस्थितीत खालीलपैकी कोणते मटेरियलचे बेअरिंग वापरले जाते?

(अ] कॅडमियम आधारित मिश्रधातू

(ब] शिसे मिश्रधातू

<u>(C] एकत्रित मिश्रधातू</u>

(डी] ॲल्युमिनियम मिश्र धातु

186] खालीलपैकी कोणत्या मटेरियलच्या बेअरिंगला स्नेहन आवश्यक नसते?

(अ] कास्ट आयर्न]

<u>(गो.] खरबूज</u>

(क.] पांढरा धातू

(डी] ॲल्युमिनियम मिश्र धातु

187]हार्ड जर्नल्ससाठी खालीलपैकी कोणते बेअरिंग मटेरियल सर्वोत्तम आहे?

(अ] कास्ट लोह

(आ.] खरबूज

(क] शिसे कांस्य

<u>(डी] ॲल्युमिनियम मिश्र धातु</u>

188] नोकरी ठेवण्यासाठी कोणते उपकरण वापरले जाते आणि काम करताना टोलसाठी मार्गदर्शक खालील दिले आहे?

अ] गेज

ब] गृहनिर्माण

<u>क] जिग</u>

ड] स्थिरता

Fixture 1 Jig Fixture

फिक्स्चर ॲनिमेशन आणि व्हिडिओ

189] खालील दिलेले उपकरण कोणते फक्त क्लॅम्पिंग कामासाठी वापरले जाते?

अ] जिग

<u>ब] स्थिरता</u>

क] गृहनिर्माण

ड] गेज

190] वेल्डिंग जॉबद्वारे फॅब्रिकेटेड असताना वेल्डिंग जॉबच्या 360 डिग्री सेल्सिअस पर्यंत आवश्यक असल्यास स्थिर किंवा फिरण्यासाठी कोणते उपकरण वापरले जाते?

अ] गेज

b] साचा

क] जिग

<u>ड] स्थिरता</u>

191] ड्रिलिंग जिगच्या मुख्य गोष्टी मशीन टेबलसह क्लॅम्पिंग नसतात खालील कोणते कारण योग्य आहे?

<u>अ]तेऑपरेशनसाठीमजबूतआहे</u>

ब] ते ऑपरेशनसाठी सोपे आहे

सी] कामावर ड्रिलिंग करताना वेगवेगळ्या सेटिंगद्वारे अनेक वेगवेगळ्या आकाराची छिद्रे तयार होतात

डी] या उपकरणासाठी बराच वेळ आहे

192] गोल आकाराच्या नोकरीसाठी कोणती ठिकाणे सर्वात उपयुक्त आहेत?

अ] पिन प्रकार लोकेटर

ब] वेज टाइप लोकेटर

<u>सी] वीलोकेटर</u>

डी] समायोज्य स्टॉप लोकेटर

193] ड्रिलिंग जिग्समध्ये बुशिंग वापरण्याचे खालील कारण योग्य आहे?

अ] ड्रिलिंगसाठी सोपे

ब] निश्चित ड्रिल होल आकारासाठी

<u>C]अचूकड्रिलिंगऑपरेशनसाठी</u>

D] चांगल्या फिनिश ड्रिलिंग होलसाठी

jig Jig Fixture

जिग ॲनिमेशन आणि व्हिडिओ

194] जिग बुश तयार करण्यासाठी धातू...?

अ] सौम्य पोलाद

ब] कास्ट लोह

क] कास्ट स्टील

<u>ड] टूलस्टील</u>

195] खालील झुडूप दिल्यास अक्षय बुशिंग शोधण्यासाठी कोणती बसिंग वापरली जाते?

अ] दाबा फिट बुशिंग

<u>ब] रेखीयबुशिंग</u>

क] विशेष बुशिंग

ड] knurd बुशिंग

196] जिगमध्ये सहिष्णुता असते..?

अ] नोकरी सहिष्णुता पाच उपस्थित

ब] नोकरी सहनशीलता दहा टक्के

<u>C] 20% ते 50% नोकरीसहनशीलता</u>

ड] 100% नोकरी सहनशीलता

197] बोअरच्या स्थानासाठी कोणत्या जिगचा वापर केला जातो?

अ] प्लेट जिग

ब] घन जिग

<u>क] पोस्टजिग</u>

ड] बॉक्स जिग

198] कोणत्या जिगमध्ये ड्रिल प्लेट असते?

अ] घन जिग

B]प्लेटजिग

क] बॉक्स जिग

ड] टेबल जिग

199] फिक्स्चर ...... साठी वापरले जाते.

(अ] जॉब ड्रूइंग

(ब] मार्गदर्शित कटिंगसाठी

(क] क्लॅम्पिंगसाठी

200] कोन स्थिरता.......] ° येथे बनविली जाते

(A] 90°

(B] 120°

(C] 45°

(डी] ६०°

201]लॅथ ऑपरेशनसाठी वापरल्या जाणार्‍या फिक्स्चरला म्हणतात

(अ] मिलिंग फिक्स्चर

(ब] टर्निंग फिक्स्चर

(सी] ड्रिलिंग फिक्स्चर

(डी] आकार देणे स्थिरता

202] साध्या कार्बन स्टीलला कमी गंभीर तापमानापेक्षा एकसमान गरम केल्याने घन द्रावण तयार होण्यास सुरुवात होते...

अ] फेराइट

ब] परलाइट

C] ऑस्टेनाइट

ड] मार्टेन्साइट

203] आवश्यक गुणधर्म मिळविण्यासाठी स्टीलची रचना बदलण्यासाठी गरम आणि थंड करण्याच्या प्रक्रियेला म्हणतात...

अ] कडक होणे

ब] उष्णताउपचार

क] सामान्यीकरण

ड] टेंपरिंग

204] एनीलिंगचा मुख्य उद्देश आहे

अ] कडकपणा वाढवण्यासाठी

ब] कणखरपणा वाढवणे

क] यंत्रक्षमतासुधारण्यासाठी

ड] विकृती दूर करण्यासाठी

205] संरचनेच्या एकसमानतेसाठी आणि सुधारित यांत्रिक गुणधर्मांसाठी सूक्ष्म धान्य तयार करण्यास मदत करणारी प्रक्रिया म्हणून ओळखली जाते...

अ] टँपरिंग

ब] एनीलिंग

क] कडक होणे

ड] <u>सामान्यकरणे</u>

206] खालीलपैकी कोणता कार्बन आणि लोह यांचे मिश्रधातू आहे, ज्यामध्ये कार्बन एकत्रित अवस्थेत आहे?

अ] <u>पोलाद</u>

ब] लोह

क] कास्ट लोह

ड] पिग-लोह

207] लोहामध्ये विरघळलेल्या कार्बनला घन द्रावण म्हणतात

अ] सिमेंटाइट

ब] <u>फेराइट</u>

क] परलाइट

ड] ऑस्टेनाइट

208] लोहासह कार्बनचे रासायनिक संयुग म्हणतात...

अ] फेराइट

ब] परलाइट

क] <u>सिमेंटाइट</u>

ड] ऑस्टेनाइट

209] सिमेंटाइट आणि फेराइट मिळून स्टीलमध्ये लॅमिनेटेड रचना तयार करतील ज्याला...

अ] मार्टेन्साइट

ब] मिश्रधातूचे पोलाद

क] ऑस्टेनाइट

ड] <u>परलाइट</u>

210] कार्बन स्टीलमध्ये कार्बन सामग्री 0.83% पेक्षा जास्त वाढल्याने प्रमाणानुसार परिणाम होतो.

अ] लवचिकता कमी होणे

ब <u>]कडकपणावाढतो</u>

क] ताकद वाढणे

ड] लवचिकता वाढणे

211] खालीलपैकी कोणते थर्मोप्लास्टिक आहे?

अ] फिनॉलिक्स

ब] अमिनोस

क] <u>ऍक्रेलिकराळ</u>

ड] पॉलिस्टर राळ

212] खालीलपैकी कोणते थर्मोसेटिंग प्लास्टिक श्रेणीत येते?

अ] सेल्युलोजिक्स

ब] नायलॉन

क] <u>इपॉक्सी</u>

ड] पॉलिथिन

213] स्टीलचे सामान्यीकरण करण्याचा उद्देश ...... आहे.

<u>(अ] प्रेरित ताण काढून टाका</u>

(ब] यंत्रक्षमता सुधारा

(C] स्टील मऊ करा

(डी] कडकपणा वाढवा आणि ठिसूळपणा कमी करा

214]कार्बन स्टीलचा तुकडा 730 डिग्री सेल्सिअसच्या वर त्या तापमानात काही तासांसाठी गरम केला जातो आणि नंतर हळूहळू थंड केला जातो] कोणती उष्णता उपचार प्रक्रिया केली जाते?

(अ] सामान्य करणे

(ब] केस कडक होणे

(क.) कडक होणे

<u>(डी.) एनीलिंग</u>

215]उष्मा उपचार शस्त्रक्रियेने स्टीलमधील कणखरपणा वाढतो आणि ठिसूळपणा कमी होतो.

अ] एनीलिंग

ब] सामान्य करणे

<u>क] टेंपरिंग</u>

ड] केस कडक होणे

216]सायनाइडिंग आणि नायट्रेटिंग या दोन पद्धती आहेत.......]

अ] कडक होणे

<u>ब] केस कडक होणे</u>

क] टेंपरिंग

D] Ammonising

217] सौम्य स्टीलच्या भागांची बाहय पृष्ठभाग ..... द्वारे कठोर केली जाऊ शकते.

अ] टेंपरिंग

ब] सामान्य करणे

<u>क] कडक होणे</u>

ड] कडक होणे

218]NH3 नायट्रेटिंग प्रक्रियेत, वायूचा परिचय .... येथे होतो.

<u>A] 500°C 2 560°C</u>

B] 600°C 3 650°C

C] 575°C 3 600°C

D] 650°C 3 700°

219]हाय स्पीड स्टील टेम्पर्ड आहे ...]

A] 220°C 3 230°C

ब] 280°C '6 400°C

C] 230°C '3 270°C

<u>इ] 550°C 3 600°C</u>

220] टूल स्टीलच्या पृष्ठभागावर कडक करण्यासाठी खालीलपैकी कोणती प्रक्रिया वापरली जाते?

अ] कार्ब्युरिझिंग

ब] सायनिडिंग

<u>क] इंडक्शन कडक होणे</u>

ड] कडक होणे

221]कठोर होत असताना उच्च" होन स्टीलचे कमी गंभीर तापमान ...... आहे.

A] 960°C

ब] 900° से

<u>C] 723°C</u>

D] ५६०°C

222]HSS] मिलिंग कटरची अंदाजे कठोरता .... आहे.

A] 45HRCA

ब] 52 HRC

<u>C] 62 HRC</u>

ड] 75 HRC

223]एनीलिंगचा मुख्य उद्देश काय आहे]

<u>अ] यंत्रक्षमता सुधारण्यासाठी</u>

ब] चुंबकत्व सुधारण्यासाठी

क] कडकपणा वाढवण्यासाठी

ड] कणखरपणा वाढवणे

224]पुढीलपैकी कोणते ठोस प्रारंभिक उठाव साहित्य आहे?

अ] कोळसा

ब] पेट्रोल

क] अमोनिया

ड] रॉकेल

225]पोलाद आवश्यक तपमानावर गरम केल्यानंतर कडक होत असताना ते त्या तापमानाला साधारणपणे भिजण्याची वेळ म्हणून धरले जाते]

अ] 10 मिमी जाडीसाठी 5 मिनिटे

ब] 5 मिमी जाडीसाठी 10 मिनिटे

C] 2 मिमी जाडीसाठी 20 मिनिटे

D] 2 मिमी जाडीसाठी 20 मिनिटे

226] खालीलपैकी कोणते शमन माध्यम HSS कठोर करण्यासाठी वापरले जाते?

अ] पाणी

ब] ब्राइन द्रावण

क] तेल

ड] सोडा पाणी

227]हाय स्पीड स्टील टूलसाठी कडक तापमान आहे......

A] 1250°C

B] 950°C

C] 850°C

D] 750°C

228]खालील पैकी कोणते एक कठोर स्टील टेम्परिंग करण्याचा उद्देश आहे.

अ] कणखरपणा वाढवणे

ब] लवचिकता वाढवण्यासाठी

क] कडकपणा वाढवण्यासाठी

ड] कडकपणा कमी करण्यासाठी

229]सामान्यीकरण करताना स्टील थंड केले पाहिजे....

अ] खोलीच्या तापमानाला स्थिर हवेत

ब] तेलात

क] जबरदस्तीने हवेत

ड] पाण्यात

230]कमी कार्बन स्टीलच्या पृष्ठभागावरील कार्बन टक्केवारी वाढविण्याच्या प्रक्रियेला ...... असे म्हणतात.

अ] कडक होणे

ब] मॅनिंग

क] कार्ब्युरिझिंग

ड] टेंपरिंग

231]कठीण व लवचिक गाभा आणि कठीण बाह्य पृष्ठभाग असलेले घटक तयार करण्याच्या प्रक्रियेला..... म्हणून ओळखले जाते.

अ] कडक होणे

ब] केस कडक होणे

क] टेंपरिंग

ड] एनीलिंग

232]स्टीलला वरच्या गंभीर तापमानापेक्षा 400C वर गरम करण्याची आणि खोलीच्या तापमानाला स्थिर हवेत थंड करण्याची प्रक्रिया ज्ञात आहे .....

अ] कडक होणे

ब] एनीलिंग

क] सामान्यीकरण / धान्य चालू

ड] टेंपरिंग

233] खालीलपैकी कोणती उष्णता उपचार प्रक्रिया घटकावर स्केल-मुक्त पृष्ठभाग तयार करते?

अ] ज्वाला कडक होणे

ब] केस कडक होणे

क] सामान्यीकरण

ड] इंडक्शन हार्डनिंग

234] vickcr कडकपणा परीक्षकाच्या इंडेंटरचा बिंदू कोन आहे.....]

अ] 120°

ब] 130°

C] 136°

ड] 140°

235]रॉकवेल कडकपणा परीक्षकाच्या बी स्केलसाठी लोड श्रेणी ......

A] 5 kgf ते 120 kgf

ब] 10 kgf ते 100 kgf

C] 10 kgf ते 150 kgf

ड] 100 kgf ते 3000 kgf

236] '3' स्केलमध्ये रॉकवेल कडकपणा चाचणी पद्धतीसाठी लागू केलेला मुख्य भार 3 आहे....

A] 300 kgf

ब] 15 kgf

C] 120 kgf

ड] 100 kgf

237] किरकोळ आणि मोठे भार यांच्यातील वाचनातील फरक विचारात घेतला जातो '......]

A] Brinell lmrdnless Test

ब] रॉकवेल कडकपणा चाचणी

सी] किनारा कडकपणा चाचणी

ड] विकर्स कडकपणा चाचणी

238] आवश्यक गुणधर्म मिळविण्यासाठी स्टीलची रचना बदलण्यासाठी गरम आणि थंड करण्याच्या प्रक्रियेला म्हणतात.

अ] कडक होणे

ब] सामान्यकरणे

क] उष्णता उपचार

ड] टेंपरिंग

239] एनीलिंगचा मुख्य उद्देश आहे

अ] कडकपणा वाढवा

ब] कणखरपणा वाढवा

क] यंत्रक्षमतासुधारणे

ड] विकृती सुधारणे

240] स्टीलचे सामान्यीकरण करण्याचा उद्देश ----------- आहे.

अ] प्रेरिततताणकाढूनटाका

ब] जनुक सुधारणे आणि ठिसूळपणा कमी करणे

क] धातू मऊ करणे

ड] पृष्ठभाग वाढवा?

241] खालीलपैकी कोणती प्रक्रिया बाह्य 5" ॲनिलिंगसाठी कठोर करण्यासाठी वापरली जाते

अ] कडक होणे

ब] टेंपरिंग

क] केसकडकहोणे

ड] अश्रू पृष्ठभाग

242] टफ आणि ductIIe कोर आणि हार्ड ou असलेले घटक तयार करण्याचा उद्देश..... म्हणून ओळखला जातो.

अ] कडक होणे

ब] केसकडकहोणे

क] टेंपरिंग

ड] एनीलिंग

243] कडक होत असताना उच्च कार्बन स्टीलचे कमी गंभीर तापमान ---------- असते.

A] 9600C

ब] 900° से

<u>c] 7230 इ.स</u>

D] 56O C

244] रचना बदलण्याची आणि अशा प्रकारे गरम आणि थंड करून गुणधर्म बदलण्याच्या प्रक्रियेला -- असे म्हणतात.

<u>अ] उष्णताउपचार</u>

ब] मिश्रधातू

क] टेंपरिंग

ड] यापैकी नाही

245] धान्याची रचना शुद्‌ध करण्यासाठी खालीलपैकी कोणती उष्णता उपचार प्रक्रिया अवलंबली जाते]

अ] एनीलिंग

ब] कडक होणे

क] टेंपरिंग

<u>ड] सामान्यकरणे</u>

246] लोखंड आणि पोलादावर ॲनिलिंग केले जाते ---------

अ] अंतर्गत ताण दूर करण्यासाठी

ब] कडकपणा कमी करण्यासाठी

क] यंत्रक्षमता सुधारण्यासाठी

<u>ड] हेसर्व</u>

247] खालीलपैकी कोणते उष्मा उपचाराच्या टप्प्यांत येत नाही?

अ] गरम करणे

<u>ब] स्वच्छता</u>

क] शमन करणे

ड] भिजवणे

cnc lathe qr

cnc milling machine

<u>सीएनसीमशीनटेपपंच</u>

image

248] टेप पंच 1 इंच रुंदीच्या टेपने बनविला जातो

A] पेपर Mylar

ब] ॲल्युमिनियम मायलार

क] प्लास्टिक

ड] सर्व वर

249] पॉइंट टू पॉइंट पोझिशनिंग पोझिशनिंग सिस्टम........] स्वीकार्य आहे

अ] ओपन लूप कंट्रोल सिस्टम

ब] बंदलूपनियंत्रणप्रणाली

क] दोन्ही वर

ड] त्यापैकी एकही नाही

250] सीएनसी मशीनमध्ये......

अ] लीड स्क्रू

ब] बॉललीडस्क्रू

क] दोन्ही वर

ड] दोन्हीपैकी नाही

CNC कार्यक्रमसमन्वयक

image

251] उप कार्यक्रमाचे उद्दिष्ट आहे........

A] XY Z समन्वय शोधण्यासाठी.

ब] इतर लहान मशीनसाठी.

क] कटिंग टूल नोज टूल नोज पेनिट्रेशन मध्ये जॉब्स पृष्ठभाग उच्च गती टाळण्यासाठी.

<u>ड] विशेषस्थितीतकामाचीमशीनिंगकरतानाप्रोग्रामब्लॉकच्यावेळेचावापरकरूनका.</u>

252] xyz को-ऑर्डिनेट पॉइंट शून्य-माप मोजत असताना वेळ म्हणजे काय

अ] संदर्भ चिन्ह.

ब] काम शून्य

C] समन्वय बिंदू

<u>ड] सर्ववर</u>

253] सीएनसी मशीन अक्षाद्वारे निर्दिष्ट......

अ] 2 अक्ष

ब] 3 अक्ष

क] 4 अक्ष

<u>ड] सर्ववर</u>

<u>सीएनसीमशीनअक्ष</u>

image

254] CNC मशीनचा Xyz अक्ष जो मोजमापासाठी वापरला जातो.

<u>अ] कार्यशून्यबिंदू</u>

ब] यंत्र शून्य बिंदू

C] सामान्य शून्य बिंदू

ड] सर्व वर

255] सीएनसी मशीनमध्ये कोणता बिंदू उपयुक्त नाही.

अ] सीएनसी मशीनवर विविध ऑपरेशन केले जातात.

ब] तपासणीसाठी कमी रक्कम.

क] माप सेट करण्यासाठी कठीण.

<u>D] मशीनचीकार्यक्षमताऑपरेटरच्याकौशल्यावरअवलंबूनअसते.</u>

२५६] आवश्यकतेपूर्वी शून्य ऑफसेट निवडण्यासाठी.........

A] कटर मशीनच्या टेबलावर निश्चित केले आहे.

ब] मशीनमध्ये प्रविष्ट केलेला डेटा.

क] मशीन टेबलवर नोकरी निश्चित केली आहे.

D] मशीनचालवण्यापूर्वीवेगआणिफीडचीनिवडआवश्यकआहे.

सीएनसीकार्यशून्यऑफसेटसेटिंग.

image

257] शून्य ऑफसेट प्रोग्राम सूचित करतो........] खालील कोड

अ] X yz

ब] X0 y0 z00

C] X10 Y20 Z30

D] G71

258] काम शून्य आहे

अ] जॉब पोझिशनवरील मशीन शून्याचा डेटा.

ब] X0Y0Z0 द्वारे सूचित करा.

क] कार्यक्रमानुसारनोकरीवरीलबिंदूचीनिवड.

ड] मशीनिंग पॉइंटचा शेवट

259] M कमांड ऑपरेशन सुरू करण्यासाठी आणि संपूर्ण क्रांती चक्र M03 म्हणजे पूर्ण करण्यासाठी वापरली जाते.

अ] कार्यक्रम थांबवा.

ब] कार्यक्रम पूर्ण आणि रीसेट.

क] कार्यक्रम पूर्ण करा.

ड] स्पिंडलघड्याळाच्यादिशेनेगती.

सीएनसीमशीनस्नेहन

image cnc lubricating-unit

260] सीएनसी मशिन मॅन्युअली चालवत नाही ते .... द्वारे नियंत्रित केले जाते.
एककार्यक्रम
ब] ऑपरेशन
क] कॅम
ड] प्लग बोर्ड प्रणाली
261] CNC मशीन मध्ये M13 म्हणजे
अ] शीतलक थांबा
ब] शीतलक चालू
क] स्पिंडल स्टॉप
D] कूलंटचालूआणिस्पिंडलचालू
262] CNC मशीनमधील पॉवर पॅकचे कार्य.
अ] वंगणउष्णतासंतुलितकरण्यासाठी.
ब] स्नेहकांच्या वाढत्या उष्णतेसाठी.
क] वंगण उष्णता नष्ट करण्यासाठी.
ड] सर्व वर.
सीएनसीमशीनबेड.

image

263] सीएनसी मशीन बेडचा विभाग आहे.....
सपाट
ब] अर्धी फेरी

क] आयताकृती

ड] त्रिकोणी

264] खालील विधान CNC मशीनचे नुकसान आहे.

अ] कमी तपासणी शुल्क.

ब] कमी टूलिंग चार्ज.

क] उत्पादन दर वाढवा.

ड] उच्चआस्थापनाशुल्क.

265] पॉईंट टू पॉइंट सिस्टम ...... साठी अधिक प्रभावी आहे.

अ] वळणे

ब] प्रोफाइल मिलिंग

क] दळणे

ड] ड्रिलिंग

एनसीमशीनवरटूलसेटिंग.

image

266] NC मशीनवर टूल सेटिंग......] युनिट.

अ] प्रीसेटिंगडिव्हाइस.

ब] मशीनशिवाय विशेष उपकरण ऑर्डर करा.

C] nc मशीनवर इतर रिकामी वेळ.

ड] इतर ऑपरेशन मशीनवर काम करताना.

267] या प्रणालीमध्ये अंगभूत निर्देशांक असलेल्या मोजमाप प्रणालीला शून्य स्थिती म्हणतात.

अ] संदर्भ बिंदू.

ब] यंत्र शून्य बिंदू.

क] शून्यबिंदूकाम

D] कार्यक्रम शून्य बिंदू.

268] जॉब चालू करणे CNC मशीन 50 mm dia टर्न विथ प्रोग्रॅम्सने सांगितले की ट्रायल उत्पादनाच्या वेळी 50.1 mm चा चालते ज्यानंतर Idea चा वापर योग्य डाय

मेकिंगसाठी केला जातो.

A] टूलचा ऑफसेट वाढवून 0.1 मिमी.

ब] टूलचा ऑफसेट वाढवून 0.05 मिमी

C] टूलऑफसेटकमीकरून 0.05 मिमी

D] टूल ऑफसेट कमी करून 0.1 मिमी

सीएनसीकॉपींगलेथमशीन.

image

269] सीएनसी मशीनवर शून्य ऑफसेट मंद परिमाण मोजण्यासाठी.........मोड सेट केला आहे

A] MDI

ब] जोग

क] स्वयंचलित

ड] प्रीसेट

270] कॉपींग लेथच्या कॉपिंग युनिटवर काम सुरू आहे

अ] यांत्रिक शक्ती यंत्रणा

ब] हात शक्ती यंत्रणा

C] हायड्रोलिकपॉवरसिस्टम

ड] त्यापैकी एकही नाही

271] न्यूमॅटिक पॉवर सिस्टमचा कोणता फायदा खालीलप्रमाणे आहे

अ] उत्पादन दर वाढीसाठी.

ब] लेआउटसाठी कमी रोख

क] कामासाठी चांगले वातावरण

ड] सर्ववर

सीएनसीमशीनटेम्पलेट्सचेतत्त्व.

image

272] चेहरा कॉपी करण्यासाठी........] टाईप टेम्प्लेट वापरला जातो

अ] गोलाकार

ब] प्लेट प्रकार

क] सपाट

ड] त्रिकोणी

273]............] सीएनसी मशीनचे मुख्य तत्व आहे का?

अ] सर्व अवस्था संख्यांमध्ये दर्शवा

ब] मशीनवरील यांत्रिक नियंत्रणासाठी अधिक वेळ आवश्यक आहे.

C] कटिंग गती मॅन्युअल नियंत्रणापेक्षा जास्त आहे.

ड] वर्कशॉपमधीलउत्पादनक्रममशीनमध्येब्लॉकनंबरद्वारेसंग्रहितकेलाजातो.

274] एका शाफ्टच्या प्रतीसाठी.......] टाईप टेम्प्लेट वापरला जातो.

अ] गोलाकार

ब] त्रिकोणी

क] सदनिका

ड] चौकोन

सीएनसीप्रोग्रामटूलपथ.

image

275] अखंड मार्गाची लक्षणे आहेत

अ] मोजणी प्रणाली म्हणतात.

ब] आंतरसंबंधित गतीसाठी को-ऑर्डिनेट अक्षावरील टूल आणि वर्क पीस.

क] कटर फीड आणि गती सेटिंग करून

<u>ड] सर्ववर</u>

276] Misc कमांड M30 म्हणजे........

<u>अ] प्रोग्रामचाशेवटआणिरीसेट</u>

ब] कार्यक्रम थांबवा

क] स्पिंडलची घड्याळाच्या दिशेने गती

ड] कार्यक्रम पूर्ण करा

277] अनुदैर्ध्य फीडसह अनसेटिंग स्पिंडल वर्टिकल मिलिंग मशीनसह मिलिंग करताना मिलिंग पृष्ठभागावर परिणाम होतो.

अ] बहिर्वक्र पृष्ठभाग

<u>ब] अवतलपृष्ठभाग</u>

क] त्रिज्या क्रॉस रेषा

ड] खडबडीत पृष्ठभाग

<u>सीएनसीमिलिंगऑपरेशन]</u>

image

278] वर्टिकल मिलिंग मशिनद्वारे 12 मिमी डाय एंड मिल कटरद्वारे स्लॅटद्वारे मिलिंग करताना, सौम्य स्टील प्लेटवर कटर स्लीप होतो आणि तो कसा टाळता येईल या दोषासाठी तोडतो.

अ] हाय स्पीड स्पिंडल

ब] कमी कटिंग गती

क] कट खोली वाढणे

<u>ड] कटरचीखोलीआणिफीडकमी</u>

279] स्क्रूची 5 मिमी पिच आणि 40 : 1 चे विभाजन गुणोत्तर असलेले मिलिंग मशीनचे शिसे काय आहे

अ] 0.25 मिमी

ब] 5 मि.मी

क] 8 मिमी

<u>ड] 200 मिमी</u>

280] डाऊन मिलिंग ऑपरेशनसाठी बॅकलॅश एलिमिनेटर स्लॅप कटरचा वापर न केल्यास कोणती सुरक्षा पाळावी?

<u>अ] कमीशिसेआणिखोली</u>

ब] उच्च आघाडी

C] उच्च शिसे आणि कमी खोली

ड] उच्च शिसे आणि उच्च गती

<u>सीएनसीमशीनशून्यआणिफीडदर.</u>

cnc machine zero.PNG

281] शून्य ऑफसेट हे.....] आणि........ यांच्यातील अंतर आहे.

अ] G41 आणि g42

<u>ब] यंत्रशून्यआणिकार्यशून्य</u>

C] संदर्भ बिंदू आणि टॅपिंग मोड

ड] त्यापैकी एकही नाही

282] फीड दर mm प्रति मिनिट G सह प्रोग्राम केला आहे.........] आणि mm प्रति- G सह क्रांती.

अ] G41 आणि g42

ब] G 43 आणि G 40

<u>क] G 94 आणि g95</u>

ड] त्यापैकी एकही नाही

283] कडून सर्व सूचना गोळा करण्यासाठी..] CNC कंट्रोल युनिटमध्ये

<u>अ] स्मृती</u>

ब] टेप रीडर

C] नियंत्रण पॅनेल

ड] ऑपरेटर

<u>सीएनसीड्रिलिंगमशीन.</u>

cnc drilling machine.jpg

284] सीएनसी ड्रिलिंग मशीन y अक्षाच्या पुढे आणि मागे नियंत्रणासाठी.........
अ] स्पिंडल
ब] तक्ता
क] घड्याळाच्या दिशेने
<u>ड] स्तंभ</u>
285] M 01 कमांड म्हणजे.....
अ] कार्यक्रम थांबवण्यासाठी
ब] कार्यक्रमाचा शेवट आणि रीसेट
<u>क] कार्यक्रमथांबवणेअट</u>
ड] मशीन स्पिंडलचे घड्याळाच्या दिशेने फिरणे
286] CNC मशीनची स्थापना अमेरिकन शास्त्रज्ञ जॉन पर्सन यांनी.......] साली केली
अ] 1950
<u>ब] 1952</u>
क] 1955
डी] 1957
<u>CNC नियंत्रण, इनपुटआणिमेमरीयुनिट.</u>

cnc control.jpg

287] सीएनसी मशीनला कमांड देण्यासाठी वापरल्या जाणाऱ्या युनिटचे नाव.
अ] नियंत्रण एकक
ब] मेमरी युनिट
<u>क] इनपुटयुनिट</u>
ड] आउटपुट युनिट

288] सीएनसी मशीनमधील डेटावर प्रक्रिया करण्यासाठी वापरल्या जाणाऱ्या युनिटचे नाव.

अ] मेमरी युनिट

<u>ब] नियंत्रणएकक</u>

क] इनपुट युनिट

ड] आउटपुट युनिट

289] सीएनसी मशीनमध्ये डेटा साठवण्यासाठी वापरल्या जाणाऱ्या युनिटचे नाव.

अ] इनपुट युनिट

ब] नियंत्रण एकक

<u>क] मेमरीयुनिट</u>

ड] आउटपुट युनिट

<u>सीएनसीमशीनमध्येसर्वोमोटर.</u>

servo motor.jpg cnc spindle-motor

290] सीएनसी मशीनमधील डेटाची गणना करण्यासाठी वापरल्या जाणाऱ्या युनिटचे नाव.

अ] आउटपुट युनिट

<u>ब] अंकगणितएकक</u>

क] मेमरी युनिट

ड] इनपुट युनिट

291] सीएनसी मशीनमध्ये प्रोसेसिंग डेटाचे परिणाम प्रदर्शित करण्यासाठी वापरल्या जाणाऱ्या युनिटचे नाव

अ] अंकगणित एकक

<u>ब] आउटपुटयुनिट</u>

क] मेमरी युनिट

ड] इनपुट युनिट

292] सीएनसी मशिनमधील सर्वो मोटर .... यासाठी वापरली जाते.

अ] मशीन स्पिंडलवर बदलण्याचे साधन

<u>ब] ड्रायव्हिंगमशीनस्पिंडल</u>

क] मशीन स्पिंडलवर फिक्सिंग जॉब

ड] स्पिंडलवर काम सिद्ध करणे

<u>सीएनसीमशीनचेप्रकार.</u>

types of cnc.jpg

293] सीएनसी मशीनच्या खालीलपैकी एक भाग स्पिंडलवर टूल्स बदलण्यासाठी वापरला जातो.

अ] सर्वो मोटर

ब] नियंत्रण पॅनेल

<u>C] स्वयंचलितटूलचेंजर ATC</u>

ड] उच्च गती स्पिंडल

294] सीएनसी मिलिंग श्रेणीतील खालीलपैकी एक सीएनसी मशीन आहे.......

अ] चकिंग केंद्र

ब] CNC उशीरा

<u>क] अनुलंबमशीनिंगकेंद्र</u>

ड] पृष्ठभाग पीसण्याचे यंत्र

295] टर्निंग सेंटर किंवा सीएनसी लेथ श्रेणीतील खालीलपैकी एक सीएनसी मशीन आहे.......

अ] अनुलंब मशीनिंग केंद्र

ब] क्षैतिज मशीनिंग केंद्र

<u>क] उभेवळणकेंद्र</u>

ड] प्रोफाइल ग्राइंडिंग मशीन

<u>सीएनसीमशीनसाठीविविधकार्ये.</u>

miscellaneous function.jpg

296] ग्राइंडिंग सेंटर श्रेणीतील खालीलपैकी एक सीएनसी मशीन आहे....
अ] युनिव्हर्सल मिलिंग सेंटर
<u>ब] दंडगोलाकारग्राइंडिंगमशीन</u>
C] CNC उशीरा
ड] अनुलंब मशीनिंग केंद्र

Grinding wheels 1 bench grinder-wheel

ग्राइंडिंग व्हील ॲनिमेशन आणि व्हिडिओ

297] CNC मशीन प्रोग्रामिंगमध्ये M हा शब्द सूचित करतो
अ] फीड दर
ब] स्पिंडल गती
<u>क] विविधकार्य</u>
ड] साधन क्रमांक

298] CNC मशीन प्रोग्रामिंग प्रीपेरेटरी फंक्शनमध्ये G00 हे आहे.....
<u>अ] रेखीयप्रक्षेपण</u>
ब] घड्याळाच्या दिशेने वर्तुळाकार प्रक्षेपण
C] घड्याळाच्या उलट दिशेने वर्तुळाकार इंटरस्पेलेशन
ड] धरा

<u>सीएनसीमशीनसाठीतयारीकार्ये.</u>

preparatory function.jpg

299] सीएनसी मशीन प्रोग्रामिंग प्रीपेरेटरी फंक्शनमध्ये G02 यासाठी आहे.....

अ] रेखीय प्रक्षेपण

<u>ब] घड्याळाच्यादिशेनेवर्तुळाकारप्रक्षेपण</u>

C] घड्याळाच्या उलट दिशेने वर्तुळाकार इंटरस्पेलेशन

ड] धरा

300] खालीलपैकी एक प्रीपेरेटरी फंक्शन G 00 CNC प्रोग्राममध्ये .... साठी वापरले जाते.

अ] सरळ रेषेत रेखीय इंटरस्पेलेशन किंवा फीड मोशन.

ब] घड्याळाच्या दिशेने वर्तुळाकार इंटरस्पेलेशन

<u>क] पॉइंटटूपॉइंटपोझिशनिंगकिंवारॅपिडमोशन.</u>

D] घड्याळाच्या उलट दिशेने वर्तुळाकार इंटरस्पेलेशन

301] 3D इंटरपेलेशनसाठी CNC प्रोग्राममध्ये वापरल्या जाणाऱ्या बेलो प्रीपेरेटरी फंक्शनपैकी एक

अ] जी ०५

<u>ब] G12</u>

क] G17

D] G18

<u>सीएनसीमशीनवरथ्रेडिंगआणिटॅपिंग.</u>

threading & tapping on cnc.jpg

302] थ्रेड कटिंग कॉन्स्टंट लीडसाठी सीएनसी प्रोग्राममध्ये वापरल्या जाणाऱ्या बेलो प्रीपेरेटरीपैकी एक

A] G33

ब] G40

क] G53

D] G62

303] टॅपिंग ऑपरेशनसाठी CNC प्रोग्राममध्ये वापरल्या जाणाऱ्या बेलो प्रिपरेटरी फंक्शनपैकी एक.

अ] जी-40

ब] G53

क] G62

D] G63

304] मिलिंग ऑपरेशनसाठी CNC प्रोग्राममध्ये वापरल्या जाणाऱ्या खालीलपैकी एक प्रीपेरेटरी फंक्शन.

A] G62

ब] G63

क] जी७८, ७९

ड] G81

सीएनसीमशीनवरड्रिलिंग, बोरिंगआणिरीमिंग

drilling boring & reaming.jpg

305] ड्रिलिंग ऑपरेशनसाठी CNC प्रोग्राममध्ये वापरल्या जाणाऱ्या बेलो प्रीपेरेटरी फंक्शनपैकी एक.

अ] जी८१

ब] जी ८२

क] जी ८४

ड] जी ८५

306] सीएनसी प्रोग्राममध्ये रीमिंग ऑपरेशनसाठी वापरल्या जाणाऱ्या बेलो प्रिपरेटरी फंक्शनपैकी एक.

अ] जी ८४

ब] जी८५

क] जी ८६

ड] जी 90

307] कंटाळवाणा ऑपरेशनसाठी CNC प्रोग्राममध्ये खालीलपैकी एक प्रीपेरेटरी फंक्शन वापरले जाते.

अ] जी८६

ब] जी ९०

क] जी ९१

ड] जी ९२

CNC कार्यक्रमक्रमक्रमांक.

cnc program sequence.png

308] सीएनसी प्रोग्राममध्ये ब्लॉकचा क्रम क्रमांक दर्शवण्यासाठी कोणते अक्षर वापरले जाते

अ] एन

ब] जी

क] एफ

डी] एस

309] सीएनसी प्रोग्राममध्ये रेखीय अक्षाची स्थिती दर्शवण्यासाठी कोणते अक्षर वापरले जाते

A] ABC

ब] UVW

क] XYZ

ड] IJK

310] खालीलपैकी एक अक्षर CNC प्रोग्राममध्ये फीड दरासाठी वापरले जाते

अ] एस

ब] एफ

क] टी

ड] एम

सीएनसीमशीनमध्येटूलचेंजआणिस्पिंडलस्पीड.

cnc milling
tool change i cnc.jpg atcautomatic-tool-changer-atc

ATC ऑटोमॅटिक टूल चेंजर ॲनिमेशन आणि व्हिडिओ

311] खालीलपैकी एक अक्षर RPM मध्ये स्पिंडल स्पीडसाठी CNC प्रोग्राममध्ये वापरले जाते

आहे

ब] टी

<u>क] एस</u>

ड] एफ

312] CNC प्रोग्राममध्ये टूल फंक्शन नंबर दर्शवण्यासाठी कोणते अक्षर वापरले जाते

<u>अ] टी</u>

ब] एस

सेमी

ड] एफ

313] सीएनसी प्रोग्राममध्ये प्रोग्राम स्टॉपसाठी विविध फंक्शन वापरले जाते

A] M03

<u>ब] M00</u>

C] M01

D] M02

<u>सीएनसीमशीनस्पिंडलदिशा.</u>

cnc machine spindle
direction.png

314] खालील संकीर्ण फंक्शनपैकी एक पर्यायी स्टॉप प्रोग्राम करण्यासाठी वापरले जाते

अ] एम०१

B] M 02

C] M 03

D] M 04

315] सीएनसी प्रोग्राममध्ये विविध फंक्शन M02 वापरले जाते......

अ] कार्यक्रमथांबवा

ब] वैकल्पिक कार्यक्रम थांबवा

क] कार्यक्रमाचा शेवट

ड] घड्याळाच्या दिशेने स्पिंडल चालू

316] सीएनसी प्रोग्राममध्ये विविध फंक्शन M03 वापरला जातो ....

अ] घड्याळाच्या उलट दिशेने स्पिंडल चालू

ब] घड्याळाच्यादिशेनेस्पिंडलचालू

क] स्पिंडल बंद

ड] साधन बदल

सीएनसीमशीनमध्येकूलंट.

coolant in cnc machine.jpg

cnc coolant-pump

CNC कूलंट पंप ॲनिमेशन आणि व्हिडिओ

317] स्पिंडल स्टॉपसाठी सीएनसी प्रोग्राममध्ये वापरलेले खालील विविध फंक्शनपैकी एक.

A] M04

<u>ब] M05</u>

C] M06

D] M07

318] CNC प्रोग्रॅममध्ये कोणते संकीर्ण फंक्शन टूल्स बदलासाठी वापरले जाते

<u>A] M06</u>

ब] M07

C] M09

D] M10

319] शीतलक चालू करण्यासाठी CNC प्रोग्राममध्ये वापरलेले खालील संकीर्ण फंक्शनपैकी एक

<u>A] M08</u>

ब] M09

C] M10

D] M11

<u>सीएनसीमशीनवरजॉबक्लॅम्पकरणे.</u>

clamping the job on cnc.jpg

320] CNC प्रोग्राममधील खालील संकीर्ण फंक्शनपैकी एक कूलंट बंद करण्यासाठी वापरले जाते

A] M11

ब] M10

<u>C] M9</u>

D] M15

321] सीएनसी प्रोग्राममध्ये मशीन टेबलवर जॉब क्लॅम्प करण्यासाठी कोणते विविध फंक्शन वापरले जाते.

A] M09

<u>ब] M10</u>

C] M11

D] M15

322] CNC प्रोग्राममधील खालील संकीर्ण फंक्शनपैकी एक कार्य अनक्लॅम्प करण्यासाठी वापरले जाते

A] M11

ब] M15

C] M30

D] M60

सीएनसीमशीनमध्येवर्कपीसबदलणे.

workpice change in cnc.jpg

323] सीएनसी प्रोग्राममध्ये वर्कपीस बदलण्यासाठी कोणते विविध फंक्शन वापरले जाते

A] M30

ब] M60

C] M68

ड] M78

324] मशीन ... सीएनसी मशीनवर शून्य ऑफ-सेटिंगसाठी आहे.

A] MDI मोडमध्ये

ब] जॉग मोडमध्ये

C] स्वयंचलित मोडमध्ये

ड] वर्तमान मोडमध्ये

325] NC मशीनवरील फीड दर ......कोड द्वारे दर्शविला जातो.

अ] एक्स

ब] य

क] एफ

ड] झेड

सीएनसीमशीनअक्षस्थिती]

cnc machine axis position.jpg

326] अक्षाची स्थिती ....कोड द्वारे दर्शविली जाते.

अ] X, Y, Z

B] P, Q, R

क] अ, ब, क

D] M, N, O

327] CNC ड्रिलिंग मशीन चालू आहे ....Axis Programmed.

अ] दोन अक्ष

ब] तीन अक्ष

क] चार अक्ष

ड] सहाअक्ष

328] ....युनिट कडून CNC च्या कंट्रोल युनिटमध्ये सूचना गोळा करा

अ] यंत्र साधन

ब] सूचना

क] चुंबकीय पेटी

ड] स्मृती

सीएनसीमशीनचाकार्यरतआलेख]

working graph of cnc machine.jpg

329] NC मशीनची टेप तयार करण्यासाठी -----------कोड वापरला जातो.

अ] EIA कोड

ब] ISO कोड

C] ASC कोड

ड] त्यापैकी एकही नाही.

330] सीएनसी मशीन कन्व्हेन्शन मशीनपेक्षा अधिक अचूक उत्पादन देते, परंतु ते अधिक महाग आहे कारण.

अ] यात एसी केबिन आहे

ब] यातडस्टप्रूफकेबिनआहे

क] याचा पाया मजबूत आहे

ड] त्यात अधिक जागा आहे

331] सीएनसी मशीन डिजिटल लाईनवर ग्राफिकल बेस बिंदूवर काम करत आहे, डिजिटल पॉइंट्स कॉल ....

अ] आलेख

ब] इनपुट मीडिया

क] समन्वय

ड] मूळ मुद्दा

सीएनसीमशीनमध्येअक्षरोटरीमोशन]

axis rotary motion in CNC.png

332] अनुदैर्ध्य फीडसाठी सीएनसी मशीनवर ....अक्ष, क्रॉस फीड......अक्ष आणि उभ्या फीडसाठी........अक्ष नाव दिले आहे.

अ] अ, ब, क

ब] X,Y,Z

C] P, Q, R

D] M, N, O

333] रोटरी मोशनसाठी CNC मशीनच्या अक्षावर ....नाव दिलेले आहे.

<u>अ] अ, ब, क</u>

ब] X,Y,Z

C] P, Q, R

D] M, N, O

334] CNC मशीन म्हणजे......

अ] नैसर्गिक नियंत्रण यंत्र

ब] वायवीय नियंत्रण यंत्र

<u>क] संख्यात्मकनियंत्रणयंत्र</u>

ड] कमांड मशीन नाही

335] अदलाबदल क्षमता गुणधर्म प्रदान करण्यासाठी ..... द्वारे तयार केलेल्या भागांचा आकार]

(अ] मापन यंत्रणा

(ब] चाचणी आणि त्रुटी प्रणाली

<u>(C] मर्यादा आणि सहिष्णुता प्रणाली</u>

(डी] त्यापैकी एकही नाही

limit fit tolarance 1

limit fit tolerance

तंदुरुस्त सहनशीलता ॲनिमेशन आणि व्हिडिओ मर्यादित करा

336] गुणवत्ता नियंत्रणासाठी मोठ्या प्रमाणात उत्पादनामध्ये उत्पादन म्हणजे उत्पादन......

<u>(अ] शून्य दोष</u>

(ब] पद्धत वापरून पहा]

(सी] चाचणी आणि त्रुटी

(डी] मर्यादा आकारात

337] अदलाबदल क्षमता यासाठी वापरत आहे.....]

(अ] देखभालीसाठी

(ब] मोठ्या प्रमाणावर उत्पादनासाठी

(C] सिंगल पीस मॅन्युफॅक्चरिंगसाठी

(डी] चाचणी आणि त्रुटी पद्धतीसाठी

338] मोठ्या प्रमाणावर उत्पादनात अदलाबदल क्षमता साध्य करण्यासाठी खालीलपैकी कोणता घटक आवश्यक आहे?]

अ] भूमितीय अचूकता]

ब] मानकीकरण

क] मितीयअचूकता

ड] पृष्ठभाग समाप्त

339] अदलाबदल क्षमता सामान्यतः लागू केली जाते? _

अ] भागांची दुरुस्ती

ब] मोठ्याप्रमाणावरउत्पादन

क] सिंगल पीस उत्पादन

ड] हे सर्व

340] तपासणीचे उद्दिष्ट आहे

सदोष घटकांचे पृथक्करण

नकाराची बी अनुरूपता

सी नकार प्रतिबंध

डी विक्री दर्जेदार वस्तू]

341] गुणवत्तेसाठी कोण जबाबदार आहे?

एक डिझायनर

बी इन्स्पेक्टर

सी ऑपरेटर

डी आजार]

342] अयशस्वी खर्च अहवाल प्रणाली वापरली जाते

ऑपरेटरसाठी प्रोत्साहन

बी इन्व्हेंटरी नियंत्रण

क डिझाइनमधील कमकुवत बिंदू शोधणे

डी उत्पादनातील कमकुवत स्पॉट्स शोधणे]

343] थांबे आणि सहली वापरले जातात

मोजण्यासाठी आणि मोजण्यासाठी विलंब कमी करा

B सेटिंग टूल्समध्ये होणारा विलंब कमी करा

C आवश्यक साधनांची संख्या कमी करा

डी काम सेट करण्यासाठी लागणारा वेळ कमी करा]

344] पृष्ठभाग समाप्त हा शब्द ...

अ] मशीन केलेल्या पृष्ठभागाची चमक

ब] पृष्ठभागावर दिलेल्या कोटिंगचा प्रकार

C] पृष्ठभागावर दिलेली उष्णता उपचार

ड] पृष्ठभागाचाखडबडीतपणाकिंवागुळगुळीतपणा

345] ज्या उद्देशाने लॅपिंग ऑपरेशन केले जाते ---

अ] पृष्ठभाग पूर्ण परिष्कृत करण्यासाठी]

ब] फिटची गुणवत्ता सुधारण्यासाठी

C] भूमितीय अचूकता सुधारण्यासाठी,

ड] वरीलसर्व

346] खालीलपैकी कोणती एक थंड कार्य प्रक्रिया आहे ज्याद्वारे पृष्ठभाग पूर्ण करणे, मितीय अचूकता आणि कामाच्या कडकपणावर धातू काढून टाकल्याशिवाय परिणाम होऊ शकतो?

अ] जळणे

ब] होनिंग

क] लॅपिंग _

ड] सुपर फिनिशिंग

347] होनिंग प्रक्रियेत, स्पिंडलची हालचाल ---' ----------- असते.

अ] उभ्याआणिपरस्पर

ब] परस्पर

क] उभा

ड] क्षैतिज आणि परस्पर

348] अपघर्षक काठी वापरून प्रक्रिया केली जाते का?

अ] लॅपिंग ब] होनिंग

C] सुपर फिनिशिंग ' D] बर्निशिंग

औद्योगिक प्रशिक्षण संस्था

मासिक चाचणी-1, गुण- 20, तारीखः- ______________

(प्रत्येक प्रश्नाला दोन गुण असतात)

1-1]उत्पादनानुसारलेथचेकितीप्रकारआहेत?

अ] दोन

ब] तीन

क] चार

ड] पाच

2-2]सेंटरलेथचेकितीप्रकारआहेत?

अ] दोन

ब] तीन

क] चार

ड] पाच

3-3]उत्पादनलेथचेकितीप्रकारआहेत?

अ] दोन

ब] तीन

क] चार

ड] पाच

4-4]रोलरलेथकोणत्याप्रकारचेलेथआहे?

अ] बेंच लेथ

ब] स्पेशल लेथ

क] उत्पादन लेथ

ड] सेंटर लेथ

5-5]मोठ्याप्रमाणातउत्पादनासाठीकोणतेमशीनवापरलेजाते?

अ] सेंटर लेथ

ब] उत्पादन लेथ

क] स्पेशल लेथ

ड] इंजिन लेथ

6-6]अधिकअचूककामासाठीकोणतालेथवापरलाजातो?

अ] सेंटर लेथ

ब] स्पेशल लेथ

क] उत्पादन लेथ

ड] टूल रूम लेथ

7-7] टूल रूम लेथची अचूकता...]ते कॉम्पीअर सेंटर लेथ.]

(अ] कमी

(आ.] अधिक

(क] खूप कमी

(ड .) समान

8-8] लोकोमोटिव्ह असेंबल व्हील विथ एक्सेल चालू आहे ......लेथ

(अ] केंद्र खराद

(ब] टूल रूम लेथ

(क.) चाकाचा लेथ

(ड] गॅप बेड लेथ

9-9]कास्टआयर्नचावापरमशीनबेडतयारकरण्यासाठीकेलाजातोकारण -------

अ] ते अधिक संकुचित तणावाचा प्रतिकार करू शकते

ब] ते वजनाने जड असते

क] हा स्वस्त धातू आहे

ड] हा एक ठिसूळ धातू आहे

10-10]खालीलपैकीकोणतेऑपरेशनसेंटरलेथवरकरतायेतनाही?]

अ] वळणे

ब] धागा कापणे

क] गियर कटिंग

ड] बारीक टर्निंग

औद्योगिक प्रशिक्षण संस्था

मासिक चाचणी-2, गुण- 20, तारीखः- ______________

(प्रत्येक प्रश्नाला दोन गुण असतात)

1-20]याहेतूनेफॉर्मटर्निंगकेले ....?

अ] आकर्षक नोकरीसाठी

ब] मोठ्या सामग्री कापण्यासाठी

C] चांगल्या फिनिशिंगसाठी

ड] नोकरीवरील सर्वात लहान कपातीसाठी

2-21]फॉर्मटर्निंगच्यामोठ्याप्रमाणातउत्पादनासाठीकोणत्याप्रकारचेधातूचेसाधनवापरतात?

अ] HSS]

ब] एचसीएस]

क] कार्बाइड

ड] सिमेंटाइट

3-22]टेम्प्लेटम्हणजेकाय?

अ] कटिंग ऑपरेशनपैकी एक

ब] फॉर्म वळणाचा एक

सी] नोकरीची समान आकृती

ड] साधनांपैकी एक

4-23]साचाकोणत्याउद्देशानेवापरतात?

अ] चिन्हांकित आणि तपासणीसाठी

ब] थ्रेडिंगसाठी

क] वळण्यासाठी

D] मोजण्यासाठी

5-24]टेम्प्लेटबनवण्यासाठीकोणतेसाहित्यवापरलेजाते?

A] HCS] प्लेट

ब] विशेष साधन स्टील

क] पितळ किंवा तांबे

d] GI] शीट किंवा MS] पातळ पत्रक

6-25] --------------- घटकाचाआकारतपासण्यासाठीवापरलाजातो

अ] साचा

ब] स्नॅप गेज

क] वाद्य

ड] साइन बार

7-26] डायल टेस्ट इंडिकेटर हे मापन दर्शवते.....

अ] घटकाचा वास्तविक आकार

ब] 5 मिमीच्या दोन पायऱ्यांमधील फरक

C] पॉइंटरच्या माध्यमातून आकारात वाढवलेले लहान बदल

डी] परिमाण थेट वाचन

8-27] डायल टेस्ट इंडिकेटरच्या कामाचे तत्व आहे

स्लॉटेड लिंक वापरून रेषीय गती परस्पर गतीमध्ये रूपांतरित केली जाते

बी रेषीय गती रॅक आणि पिनियन वापरून रोटरी गतीमध्ये रूपांतरित केली जाते

लेन्स वापरून लहान भिन्नतेचे C मोठीकरण

इलेक्ट्रॉनिक माध्यमांद्वारे डी मोठीकरण:

9-28]बाहेरीलव्यासाचीएकाग्रतातपासण्यासाठीखालीलपैकीकोणतेउपकरणवापरलेजाते...?

अ] बाहेरील मायक्रोमीटर

ब] चाचणी निर्देशक डायल करा

क] व्हर्नियर कॅलिपर

ड] कॅलिपर डायल करा

10-29]डायलटेस्टइंडिकेटरच्याप्लंगरच्यारेखीयगतीलापॉइंटरच्यारोटरी मोशनमध्येरूपांतरितकरण्यासाठीखालीलपैकीकोणतीयंत्रणावापरलीजाते....?

अ] स्क्रू थ्रेड यंत्रणा

ब] जलद परतावा यंत्रणा

क] रॅक आणि पिनियन यंत्रणा

ड] हायड्रोलिक यंत्रणा

औद्योगिक प्रशिक्षण संस्था

मासिक चाचणी-३, गुण- २०, तारीख:- ______________

(प्रत्येक प्रश्नाला दोन गुण असतात)

1-40]पुढीलरेखांकनात, समोरचाकोणतापरीआहे?

अ] फ्रंट क्लिअरन्स कोन

ब] पाचर कोन

क] कटिंग कोन

ड] बॅक रेक कोन

2-41]कटिंगटूलजेव्हात्याचीक्रियासुरूकरतेआणियास्थितीत कटिंगफोर्सवाढतोतेव्हाटूलचापुढीलपरिणामहोतो..?

अ] टूलचा क्लिअरन्स अँगल जास्त आहे

ब] टूलचा क्लिअरन्स अँगल कमी आहे

क] उपकरणाचा रेक कोन कमी आहे

D] उपकरणाचा रेक कोन जास्त आहे

3-42]टूलसाठीरेकअँगलचाउद्देशकायआहे?

अ] मानसिक चिप्ससाठी योग्य दिशा

ब] नोकरीत उत्तम फिनिशिंग

क] साधनाचे आयुष्य वाढवण्यासाठी

ड] नोकरी आणि साधन यांच्यातील घर्षण टाळण्यासाठी

4-43]कटिंगटूलसाठीक्लिअरन्सअँगलप्रदानकरण्याचाउद्देशकायआहे?

अ] मेटल कटिंग चिप्सच्या योग्य दिशेने

ब] कामाचा फटका बसल्यावर घर्षण कमी करा

सी] नोकरी घर्षण ऋषी साठी

डी] कामावर चांगले काम करण्यासाठी

5-44]कटिंगटूल्सनेवरच्यामध्यभागीउंचीनिश्चितकेलीतरकायहोईल?

अ] शीर्ष रेक कोन वाढवा

ब] कमी शीर्ष रेक कोन

C] टॉप रेक अँगलवर कोणताही परिणाम होत नाही

D] क्लिअरन्स कोन वाढवा

6- 45]कटिंगटूलसेटिंगकेंद्राच्याउंचीपेक्षाकमीकेल्यासकायहोईल?

अ] शीर्ष रेक कोन वाढवा

ब] शीर्ष रेक कोन कमी करा

C] रेकवर कोणताही परिणाम होत नाही

ड] क्लिअरन्स कोन कमी करा

7-46]कटिंगटूलकामाच्याकेंद्रालाअस्वस्थकरतअसेलतर?

अ] फ्रंट क्लीयरन्स कोन वाढवा

B] समोरील मंजुरी कोन कमी करा

C] समोरच्या मंजुरीच्या कोनावर कोणताही परिणाम होत नाही

ड] त्यापैकी एकही नाही

8-47]जरकटिंगटूलजॉबच्याकेंद्राचीसेटिंगखालीअसेलतर?

अ] फ्रंट क्लीयरन्स कोन वाढलेला आहे

B] फ्रंट क्लीयरन्स कोन कमी आहे

C] क्लिअरन्स अँगलवर कोणताही प्रभाव नाही

ड] त्यापैकी एकही नाही

9-48]उपकरणासाठीशून्यरेककोनद्या?

अ] साधनाचे घर्षण टाळण्यासाठी

ब] साधन आयुर्मान वाढवण्यासाठी

क] स्ट्रेट ऑफ टूल वाढवण्यासाठी

ड] कामावर चांगले काम करण्यासाठी

10-49]हार्डमटेरियलचालूकरणाऱ्याकार्बाइडटीपटूलसाठीत्यात .....सेंशियलआहे?

अ] बाजूच्या रेकचा कोन

ब] शून्य रेक कोन

C] सकारात्मक रेक कोन

ड] नकारात्मक रेक कोन

औद्योगिक प्रशिक्षण संस्था

मासिक चाचणी-4, गुण- 20, तारीख:- ______________

(प्रत्येक प्रश्नाला दोन गुण असतात)

1-60]जिगमध्येसहनशीलताअसते..?

अ] नोकरी सहिष्णुता पाच उपस्थित

ब] नोकरी सहनशीलता दहा टक्के

C] 20% ते 50% नोकरी सहनशीलता

ड] 100% नोकरी सहनशीलता

2-61]बोअरच्यास्थानासाठीकोणत्याजिगचावापरकेलाजातो?

अ] प्लेट जिग

ब] घन जिग

क] पोस्ट जिग

ड] बॉक्स जिग

3-62]कोणत्याजिगमध्येड्रिलप्लेटआहे?

अ] घन जिग

ब] प्लेट जिग

क] बॉक्स जिग

ड] टेबल जिग

4-63]अंतर्गतव्यासस्थानासाठीखालीललोकेटरवापरलाजातो?

अ] घन सपोर्ट्स

ब] पिन प्रकार लोकेटर

क] वी लोकेटर

ड] नेस्ट लोकेटर

5-64] Drm जिगबुशिंग-सामान्यतः ------------ करण्यासाठीकठोरअसतात.

अ] सौम्य पोलाद

ब] कास्ट लोह

क] कास्ट स्टील

ड] तोई स्टील

6- 65]जिग्सहेउपकरणआहेजे --------------

अ] कामाचा भाग शोधा

ब] कामाचा तुकडा पकडणे आणि आधार देणे

क] कटिंग टूलचे मार्गदर्शन करा

ड] वरील सर्व करतो

7-66]खालीलपैकीकोणत्याजिग्सचावापरबोअरमधूनफोलोकेशनसाठीकेलाजातो?

अ] प्लेट जिग

ब] घन जिग

क] पोस्ट जिग

ड] पेटी जिग

8-67]फिक्स्चरहेउत्पादनउपकरणआहेजे -----------]

अ] वर्क पीस धरतो आणि शोधतो

ब] तुकडा धरतो

क] कामाच्या तुकड्याशी गप्पा मारणे,

D] धारण करत नाही किंवा] कामाचा भाग शोधत नाही

9-68]खालीलपैकीकोणतेसाधनसाधनाचेमार्गदर्शनकरण्यासाठीआणि मोठ्याप्रमाणावरउत्पादनातकामकरण्यासाठीवापरलेजाते? '

अ] गेज]

ब] गृहनिर्माण

क] स्थिरता

ड] जिग

10-69]ड्रिलजिगमध्येप्रोई/आयडिंगबुशिंगचाउद्देशखालीलपैकीकोणताआहे?

अ] अचूकपणे शोधण्यासाठी आणि अचूक ड्रिलिंग ऑपरेशनसाठी ड्रिलचे मार्गदर्शन करण्यासाठी

ब] ड्रिल करायच्या छिद्राचा आकार निश्चित करण्यासाठी

क] सुलभ ड्रिलिंगसाठी

ड] ड्रिल केलेल्या छिद्रांमध्ये चांगला तयार पृष्ठभाग मिळविण्यासाठी

औद्योगिक प्रशिक्षण संस्था

मासिक चाचणी-5, गुण- 20, तारीख:- ______________

(प्रत्येक प्रश्नाला दोन गुण असतात)

1-90]संपर्करोलर्सचीमध्यवर्तीरेषाआणिसाइनबारअसल्यासडेटामपृष्ठभाग

अ] समान ओळ ''

ब] समांतर

क] कललेला

ड] लंब

2-91]साइनबार - पासूनबनलेलाआहे.

अ] उच्च कार्बन स्टील

ब] स्थिर क्रोमियम स्टील'

क] हाय स्पीड स्टील

ड] Nicked स्टील

3-92]वर्कपीसचाकोनअचूकपणेतपासण्यासाठी l=200 मिमीलांबीचा साइनबारवापरलाजातो] तपासायचाकोन: 250 स्लिपगेजचीउंची 'h' काढा?

अ] 84.54 मिमी

ब] 83.52 मिमी

क] 81.81 मिमी

ड] 85.52 मिमी

4-93]खालीलपैकीकोणतेविधानबरोबरआहे?'

अ] आकार तपासण्यासाठी गेज वापरले जातात

ब] आकार चक करण्यासाठी टेम्पलेट वापरतात

क] आकार मोजण्यासाठी गेज वापरतात

D] घटकाचा आकार तपासण्यासाठी गेज वापरतात

5-94]विभागातकोणत्यामानकतापमानावरगेजठेवलेजातात?

अ] 100 क

ब] 20° से

क] 100 फॅ

ड] 20° फॅ

6- 95]कार्यशाळेतसामान्यतःस्लिपगेजचाकोणताग्रेडवापरलाजातो?

A] ग्रेड 0

ब] ग्रेड एल

क] ग्रेड एच

ड] ग्रेड 0

7-96]भारतीयमानकांनुसारएकविशेषसंचगेजवापरलाजातोज्याचासमावेशहोतो

अ] 81 तुकडे

ब] 112 तुकडे

क] 120 तुकडे

ड] 130 तुकडे

8-97]संदर्भगेजचीअचूकताआहे

अ] ०.०५ मिमी

ब] 0.01 मिमी

क] ०.००१]

ड] 0.0001 मिमी

9-98]स्लिपगेजवरमुंग्याबुरचेकेस, तेकाढूनटाकलेपाहिजे

अ] भरणे

ब] लॅपिंग

क] खरवडणे

ड] दळणे

10-99]स्लिपगेजचीकठोरताअसावी?

A] 63 HRC पेक्षा जास्त

ब] 58 HRC

C] 55 HRC

ड] 50 HRC

औद्योगिक प्रशिक्षण संस्था

मासिक चाचणी-6, गुण- 20, तारीखः- _______________

(प्रत्येक प्रश्नाला दोन गुण असतात)

1-120] HSS]टूलसहब्राससाठीकटिंगगतीआहे

अ] 10 मी/मिनिट

ब] 25 मी/मिनिट

C] 70 मी/मिनिट

ड] 140 मी/मिनिट

2-121]मशिनिंगकरतानाउपकरणाचीकटिंगधारएकामिनिटात

मटेरियलवरजेअंतरपारकरतेत्याला...

अ] RPM

ब] चारा

क] यंत्राचा वेग

ड] कटिंग वेग

3-122] M24 x 3 मिमीअंतर्गतधाग्यासाठीकटचीखोलीआहे

अ] ०.५४१२ x ३

ब] ०.६१३४ x ३

क] ०.५ x ३

ड] ०.७ x ३

4-123] 24 x 3 मिमीअंतर्गतएक्मीथ्रेड्सकापण्यासाठी, जॉबचामूळव्यासआहे

अ] 20.00 मिमी

ब] 21.66 मिमी

क] 21.00 मिमी

ड] 20.60 मिमी

5-124]मेट्रिकस्क्वेअरथ्रेडिंगसाठीकटचीखोलीआहे

अ] ०.६ x पी

ब] ०.५ x पी

क] ०.५४१२ x पी

ड] ०.६४१२ x पी

6- 125]बट्रेसधागाकापण्यासाठी, कटचीखोलीअसते

अ] ०.५४१२ x पी

ब] ०.६ x पी

क] ०.७ x पी

ड] ०.७५ x पी

7-126]वंगणआवश्यकआहे............]

अ] कमीत कमी भार घेऊन मशीन सुरळीत चालवा

ब] यंत्र लवकर चालवा

क] मशीन ताबडतोब थांबवा

ड] अधिक अचूकतेचा कार्य भाग तयार करा

8-127]एक्स्ट्रीमप्रेशरॲडिटीव्ह (ईपीए) त्याचीशक्तीसुधारण्यासाठीकटिंगफ्लुइडमध्येमिसळलेजाते.

अ] थंड करणे

ब] स्नेहन

ड] मशीन केलेल्या पृष्ठभागाचे उत्पादन

क] कटिंग झोनची साफसफाई

9-128]मशीनटूल्समध्येस्नेहकवापरण्याचामुख्यउद्देश ------ आहे.

अ] बनवण्याचे भाग थंड करा

ब] मशीन टूल गरम होण्यापासून प्रतिबंधित करा

C] जवळच्या संपर्कासाठी बनवण्याचे भाग ओले करा

ड] बनवणाऱ्या भागांमधील घर्षण कमी करा

10-129]प्रतिबंधात्मकदेखभाल .... आहे.

अ] देखभालीमध्ये संवेदनशील उपकरणे वापरणे समाविष्ट असते

ब] देखभाल साधारणपणे ऑपरेटर स्वतः करतो

क] मशीन खराब झाल्यावरच काम चालते

ड] अनपेक्षित ब्रेक डाउन कमी करण्यासाठी योजना

औद्योगिक प्रशिक्षण संस्था

मासिक चाचणी-7, गुण- 20, तारीख:- ______________

(प्रत्येक प्रश्नाला दोन गुण असतात)

1-140]प्रतिइंचथ्रेड्सचीसंख्या a सहतपासलीजाऊशकते

अ] टूल गेज

ब] मोजणी करून मेट्रिक नियम

क] रिंग गेज

ड] स्क्रू पिच गेज

2-141] **60°**

कोनावरअचूकतेसाठीलेथचेथ्रेडिंगटूलतपासण्यासाठीकोणतेगेजवापरलेजाते?

अ] स्क्रू पिच गेज

ब] थ्रेड प्लग गेज

क] केंद्र गेज

ड] धागा रिंग गेज

3-142] टूल मेकरची बटणे वापरली जातात

अ] मार्गदर्शक मार्गांनी ओआय क्रॉसस्लाईडमध्ये ढिलाई समायोजित करा

ब] साधनाची उंची बदला

C] दिलेल्या माहितीनुसार कंटाळवाण्यांसाठी काम संरेखित करा

D] वरीलपैकी काहीही नाही]

4-143] बोर आणि स्क्रू दरम्यान जागा मंजूरी दिली आहे

अ] बटणाची स्थिती बदलण्यासाठी

ब] बटण सहज बदलण्यासाठी

क] स्नेहन झुडूप साठी

D] बटणाच्या सहज क्लॅम्पिंगसाठी]

5-144] सामान्यतः अनियमित आकाराच्या जड जॉब्सवर बटण कंटाळवाणे ऑपरेशन्स केले जातात

अ] तीन जबडा चक (सार्वत्रिक]

ब] फेसप्लेट

C] केंद्रांदरम्यान

ड] चार जबडा स्वतंत्र चक]

6- 145] टूल मेकरची बटणे ओटी बनविली जातात.

अ] प्लास्टिक

ब] कास्ट लोह

क] कडक पोलाद

ड] कांस्य]

7-146]आतीलसर्वातलहानमायक्रोमीटरमध्येस्लीव्हवरग्रॅज्युएशनचिन्हांकितआहे

अ] 10 मि.मी

ब] 12 मिमी

क] 13 मिमी

ड] 25 मि.मी

8-147] मल्टिपल स्टार्ट थ्रेड काढण्यासाठी वापरलेली पद्धत आहे

अ] फॉरवर्ड आणि रिव्हर्स स्विच पद्धत

ब] हाफ नट पद्धत वापरा]

सी] फेस प्लेट आणि इंडेक्सिंग ड्राइव्ह प्लेट पद्धत

ड] संलग्नक पद्धत]

9-148] एकापेक्षा जास्त स्टार्ट थ्रेड वापरले जातात

अ] वाइस स्पिंडल

ब] लेथ स्पिंडल

क] मानक नट

ड] पेन कव्हर]

10-149]फेसप्लेटच्याकामातसंतुलनसाधलेजाते

अ] वेग वाढवण्यासाठी

ब] साधनावरील दबाव कमी करण्यासाठी

C] कामाच्या एकसमान रोटेशनसाठी

ड] चांगली समाप्ती मिळवण्यासाठी

मासिक चाचणी-8, गुण- 20, तारीख:- ______________

(प्रत्येक प्रश्नाला दोन गुण असतात)

1-170] खालीलपैकी हे बीयरिंग आहेत] दोन भागांमध्ये बनविलेले आणि विशेष प्लमर ब्लॉक्समध्ये एकत्र केले जातात?

(अ] ठोस बेअरिंग

(गो .) धारण करणे

(क.) थुंकणे

(डी] ऍडजस्टेबल लिड बेअरिंग

2-171] खालीलपैकी कोणत्या प्रकारच्या बेअरिंगच्या रेसवर गोलाकार बोअर असतो?

(A] कोनीय संपर्क बॉल बेअरिंग

(ब] सेल्फ अलाइनिंग बॉल बेअरिंग

(सी] रोलर बेअरिंग

(डी] थ्रश बॉल बेअरिंग

3-172] रोलर बेअरिंगमधील घर्षण कमी करण्याचे कारण काय आहे?

(अ] संपर्क क्षेत्र

(गो.) वंगण

(सी] साइट्स

4-173] बेअरिंगचा बाहेरील व्यास घरांमध्ये मर्यादित बेअरिंगच्या जागेमुळे अनेक प्रकारे प्रतिबंधित असणे आवश्यक आहे.

(अ] बॉल बेअरिंग

(ब] रोलर बेअरिंग

(क] सुई बेअरिंग

(डी] वरीलपैकी कोणतेही

5-174] बाह्य शर्यतीत बॅरल आकाराचे रोलर्स आणि गोलाकार बोअर असलेल्या बेअरिंगचे नाव?

(A] स्वत: संरेखित रोलर बीयरिंग

(ब] रोलर बेअरिंग

(सी] रोलर बेअरिंग

(ड] सुई बेअरिंग

6- 175] शर्यतींचे साहित्य आणि अँटी-फ्लिक्शन बेअरिंगचे रोलिंग घटक ....]

(अ] क्रोमियम स्टील किंवा क्रोम-निकेल स्टील]

(ब] स्टेनलेस स्टील]

(क] कास्ट आयर्न]

(ड.) कांस्य

7-176] जेव्हा अँटी-फ्रीक्शन बेअरिंग शाफ्टमध्ये बसवले जाते तेव्हा] या भागावर दबाव टाकला पाहिजे.......]

(अ] आतील शर्यत

(आ.] बाहय शर्यत

(स.] पिंजरा

(डी] रोलिंग घटक

8-177] - ऑइल बाथ किंवा इंडक्शन हीटिंग प्रक्रियेतील बेअरिंगचे गरम तापमान]

(A] (50°C ते 90°C

(B] 90°C ते 100°C

(C] 90°C ते 120°C

(D] 90°C ते 150°C

9-178] रोलिंग कॉन्टॅक्ट बेअरिंग तापमानापेक्षा जास्त गरम करू नये]

A] 100°C

ब] 120° से

C] 140°C

D] 150°C

10-179] खालीलपैकी कोणत्या बेअरिंग मटेरिअलची लोड कार्टिंग क्षमता कमी आहे?

(अ] कॅडमियम आधारित मिश्रधातू

(आ.] पांढरा धातू

(क] शिसे कांस्य

(ड] कास्ट लोह

औद्योगिक प्रशिक्षण संस्था

मासिक चाचणी-9, गुण- 20, तारीखः- ______________

(प्रत्येक प्रश्नाला दोन गुण असतात)

1-238]आवश्यकगुणधर्ममिळविण्यासाठीस्टीलचीरचनाबदलण्यासाठी गरमआणिथंडकरण्याच्याप्रक्रियेलाम्हणतात.

अ] कडक होणे

ब] सामान्य करणे

क] उष्णता उपचार

ड] टेंपरिंग

2-239]एनीलिंगचामुख्यउद्देशआहे

अ] कडकपणा वाढवा

ब] कणखरपणा वाढवा

क] यंत्रक्षमता सुधारणे

ड] विकृती सुधारणे

3-240]स्टीलचेसामान्यीकरणकरण्याचाउद्देश ----------- आहे.

अ] प्रेरित ताण काढून टाका

ब] जनुक सुधारणे आणि ठिसूळपणा कमी करणे

क] धातू मऊ करणे

ड] पृष्ठभाग वाढवा?

4-241]खालीलपैकीकोणतीप्रक्रियाबाह्य **5"**
एनीलिंगसाठीकठोरकरण्यासाठीवापरलीजाते

अ] कडक होणे

ब] टेंपरिंग

क] केस कडक होणे

ड] अश्रू पृष्ठभाग

5-242]टफआणि ductIIe कोरआणिहार्ड ou असलेलेघटकतयार करण्याचाउद्देश..... म्हणूनओळखलाजातो.

अ] कडक होणे

ब] केस कडक होणे

क] टेंपरिंग

ड] एनीलिंग

6- 243]हार्डनिंगकरतानाउच्चकार्बनस्टीलचेकमीगंभीरतापमान ---------- असते

A] 9600C

ब] 900° से

c] 7230 इ.स

D] 56O C

7-244]रचनाबदलण्याचीआणिअशाप्रकारेगरमआणिथंडकरून गुणधर्मबदलण्याच्याप्रक्रियेला -- असेम्हणतात.

अ] उष्णता उपचार

ब] मिश्रधातू

क] टेंपरिंग

ड] यापैकी नाही

8-245]धान्यरचनाशुद्धकरण्यासाठीखालीलपैकीकोणती उष्णताउपचारप्रक्रियाअवलंबलीजाते]

अ] एनीलिंग

ब] कडक होणे

क] टेंपरिंग

ड] सामान्य करणे

9-246]लोखंडआणिपोलादावरएनीलिंगकेलेजाते ---------

अ] अंतर्गत ताण दूर करण्यासाठी

ब] कडकपणा कमी करण्यासाठी

क] यंत्रक्षमता सुधारण्यासाठी

ड] हे सर्व

10-247]खालीलपैकीकोणतेउष्माउपचाराच्याटप्प्यांतयेतनाही?

अ] गरम करणे

ब] स्वच्छता

क] शमन करणे

ड] भिजवणे

औद्योगिक प्रशिक्षण संस्था

मासिक चाचणी-10, गुण- 20, तारीखः- ______________

(प्रत्येक प्रश्नाला दोन गुण असतात)

1-257] झिरोऑफसेटप्रोग्रॅम .... खालीलकोडदर्शवतो

अ] X yz

ब] X0 y0 z00

C] X10 Y20 Z30

D] G71

2-258] कामशून्यआहे......

अ] जॉब पोझिशनवरील मशीन शून्याचा डेटा.

ब] X0Y0Z0 द्वारे सूचित करा.

क] कार्यक्रमानुसार नोकरीवरील बिंदूची निवड.

ड] मशीनिंग पॉइंटचा शेवट

3-259] M कमांडऑपरेशनसुरूकरण्यासाठीआणिसंपूर्णक्रांतीचक्र M03 म्हणजेपूर्णकरण्यासाठीवापरलीजाते.

अ] कार्यक्रम थांबवा.

ब] कार्यक्रम पूर्ण आणि रीसेट.

क] कार्यक्रम पूर्ण करा.

ड] स्पिंडल घड्याळाच्या दिशेने गती

4-260] सीएनसीमशिनमॅन्युअलीचालवतनाहीते .... द्वारेनियंत्रितकेलेजाते.

एक कार्यक्रम

ब] ऑपरेशन

क] कॅम

ड] प्लग बोर्ड प्रणाली

5-261] CNC मशीनमध्ये M13 म्हणजे

अ] शीतलक थांबा

ब] शीतलक चालू

क] स्पिंडल स्टॉप

D] कूलंट चालू आणि स्पिंडल चालू

6- 262] CNC मशीनमधीलपॉवरपॅकचेकार्य.

अ] वंगण उष्णता संतुलित करण्यासाठी.

ब] स्नेहकांच्या वाढत्या उष्णतेसाठी.

क] वंगण उष्णता नष्ट करण्यासाठी.

ड] सर्व वर.

7-263] सीएनसीमशीनबेडचाविभागआहे.....

सपाट

ब] अर्धी फेरी

क] आयताकृती

ड] त्रिकोणी

8-264] खालीलविधान CNC मशीनचेनुकसानआहे.

अ] कमी तपासणी शुल्क.

ब] कमी टूलिंग चार्ज.

क] उत्पादन दर वाढवा.

ड] उच्च आस्थापना शुल्क.

9-265] पॉइंटटूपॉइंटसिस्टम ...... साठीअधिकप्रभावीआहे.

अ] वळणे

ब] प्रोफाइल मिलिंग

क] दळणे

ड] ड्रिलिंग

10-266] NC मशीनवरटूलसेटिंग...... युनिट.

अ] प्रीसेटिंग डिव्हाइस.

ब] मशीनशिवाय विशेष उपकरण ऑर्डर करा.

C] nc मशीनवर इतर रिकामी वेळ.

ड] इतर ऑपरेशन मशीनवर काम करताना.

औद्योगिक प्रशिक्षण संस्था

मासिक चाचणी-11, गुण- 20, तारीख:- _______________

(प्रत्येक प्रश्नाला दोन गुण असतात)

1-281] शून्यऑफसेटम्हणजे .... आणि .... मधीलअंतरआहे.

अ] G41 आणि g42

ब] यंत्र शून्य आणि कार्य शून्य

C] संदर्भ बिंदू आणि टॅपिंग मोड

ड] त्यापैकी एकही नाही

2-282] फीडदर mm प्रतिमिनिट G सह .... आणि mm प्रति- क्रांती G........ सहप्रोग्रामकेलाआहे.

अ] G41 आणि g42

ब] G 43 आणि G 40

क] G 94 आणि g95

ड] त्यापैकी एकही नाही

3-283] सीएनसीकंट्रोलयुनिटमध्ये...... कडूनसर्वसूचनागोळाकरण्यासाठी

अ] स्मृती

ब] टेप रीडर

C] नियंत्रण पॅनेल

ड] ऑपरेटर

4-284] सीएनसीड्रिलिंगमशीन y अक्षाच्यापुढेआणिमागेनियंत्रणासाठी.........

अ] स्पिंडल

ब] तक्ता

क] घड्याळाच्या दिशेने

ड] स्तंभ

5-285] M 01 कमांडम्हणजे.....

अ] कार्यक्रम थांबवण्यासाठी

ब] कार्यक्रमाचा शेवट आणि रीसेट

क] कार्यक्रम थांबवणे अट

ड] मशीन स्पिंडलचे घड्याळाच्या दिशेने फिरणे

6- 286] CNC मशीनचीस्थापनाअमेरिकनशास्त्रज्ञजॉनपर्सनयांनी....... सालीकेली

अ] 1950

ब] 1952

क] 1955

डी] 1957

7-287] सीएनसीमशीनलाकमांडदेण्यासाठीवापरल्याजाणाऱ्यायुनिटचेनाव.

अ] नियंत्रण एकक

ब] मेमरी युनिट

क] इनपुट युनिट

ड] आउटपुट युनिट

8-288]

सीएनसीमशीनमधीलडेटावरप्रक्रियाकरण्यासाठीवापरल्याजाणाऱ्यायुनिटचेनाव.

अ] मेमरी युनिट

ब] नियंत्रण एकक

क] इनपुट युनिट

ड] आउटपुट युनिट

9-289] सीएनसीमशीनमध्येडेटासाठवण्यासाठीवापरल्याजाणाऱ्यायुनिटचेनाव.

अ] इनपुट युनिट

ब] नियंत्रण एकक

क] मेमरी युनिट

ड] आउटपुट युनिट

10-290]

सीएनसीमशीनमधीलडेटाचीगणनाकरण्यासाठीवापरल्याजाणाऱ्यायुनिटचेनाव.

अ] आउटपुट युनिट

ब] अंकगणित एकक

क] मेमरी युनिट

ड] इनपुट युनिट

औद्योगिक प्रशिक्षण संस्था

मासिक चाचणी-12, गुण- 20, तारीखः- ______________

(प्रत्येक प्रश्नाला दोन गुण असतात)

1-308]

सीएनसीप्रोग्राममध्येब्लॉकचाअनुक्रमक्रमांकदर्शवण्यासाठीकोणतेअक्षरवापरलेजाते

अ] एन

ब] जी

क] एफ

डी] एस

2-309]

सीएनसीप्रोग्राममध्येरेखीयअक्षाचीस्थितीदर्शवण्यासाठीकोणतेअक्षरवापरलेजाते

A] ABC

ब] UVW

क] XYZ

ड] IJK

3-310] फीडरेटसाठी CNC प्रोग्राममध्येवापरलेलेखालीलपैकीएकअक्षर

अ] एस

ब] एफ

क] टी

ड] एम

4-311] खालीलपैकीएकअक्षर RPM मध्येस्पिंडलस्पीडसाठी CNC प्रोग्राममध्येवापरलेजाते

आहे

ब] टी

क] एस

ड] एफ

5-312] CNC प्रोग्राममध्येटूलफंक्शननंबरदर्शवण्यासाठीकोणतेअक्षरवापरलेजाते

अ] टी

ब] एस

सेमी

ड] एफ

6-313] सीएनसीप्रोग्राममध्येप्रोग्रामस्टॉपकरण्यासाठीविविधफंक्शनवापरलेजाते

A] M03

ब] M00

C] M01

D] M02

7-314] खालीलसंकीर्णफंक्शनपैकीएकपर्यायीस्टॉपप्रोग्रामकरण्यासाठीवापरलेजाते

अ] एम ०१

B] M 02

C] M 03

D] M 04

8-315] CNC प्रोग्राममध्येविविधकार्य M02 वापरलेजाते......

अ] कार्यक्रम थांबवा

ब] वैकल्पिक कार्यक्रम थांबवा

क] कार्यक्रमाचा शेवट

ड] घड्याळाच्या दिशेने स्पिंडल चालू

9-316] सीएनसीप्रोग्राममध्येविविधफंक्शन M03 वापरलेजाते ....

अ] घड्याळाच्या उलट दिशेने स्पिंडल चालू

ब] घड्याळाच्या दिशेने स्पिंडल चालू

क] स्पिंडल बंद

ड] साधन बदल

10-317]

स्पिंडलस्टॉपसाठीसीएनसीप्रोग्राममध्येवापरलेलेखालीलविविधफंक्शनपैकीएक.

A] M04

ब] M05

C] M06

D] M07